# इम्प्रुव्ह युवर मेमरी पॉवर

तुमची स्मरणशक्ती अवघ्या तीस दिवसात वाढविणारा एक अनोखा प्रोग्रॅम!

विरेन्द्र अगरवाल 'विरेन'

वी एण्ड एस पब्लिशर्स

**प्रकाशक**

**वी एण्ड एस पब्लिशर्स**

F-2/16, अंसारी रोड, दरियागंज, नई दिल्ली-110002
☎ 23240026, 23240027 • फैक्स: 011-23240028
E-mail: info@vspublishers.com • Website: www.vspublishers.com

**क्षेत्रीय कार्यालय : हैदराबाद**

5-1-707/1, ब्रिज भवन (सेन्ट्रल बैंक ऑफ इण्डिया लेन के पास)
बैंक स्ट्रीट, कोटी, हैदराबाद-500 095
☎ 040-24737290
E-mail: vspublishershyd@gmail.com

**शाखा : मुम्बई**

जयवंत इंडस्ट्रिअल इस्टेट, 1st फ्लोर-108, तारदेव रोड
अपोजिट सोबो सेन्ट्रल, मुम्बई - 400 034
☎ 022-23510736
E-mail: vspublishersmum@gmail.com

फ़ॉलो करें:

© कॉपीराइट: वी एण्ड एस पब्लिशर्स
ISBN 978-93-505718-0-4

संस्करण: 2015

---

### DISCLAIMER

इस पुस्तक में सटीक समय पर जानकारी उपलब्ध कराने का हर संभव प्रयास किया गया है। पुस्तक में संभावित त्रुटियों के लिए लेखक और प्रकाशक किसी भी प्रकार से जिम्मेदार नहीं होंगे। पुस्तक में प्रदान की गयी पाठ्य सामग्रियों की व्यापकता या सम्पूर्णता के लिए लेखक या प्रकाशक किसी प्रकार की वारंटी नहीं देते हैं।

पुस्तक में प्रदान की गयी सभी सामग्रियों को व्यावसायिक मार्गदर्शन के तहत सरल बनाया गया है। किसी भी प्रकार के उद्धरण या अतिरिक्त जानकारी के स्रोत के रूप में किसी संगठन या वेबसाइट के उल्लेखों का लेखक या प्रकाशक समर्थन नहीं करता है। यह भी संभव है कि पुस्तक के प्रकाशन के दौरान उद्धृत वेबसाइट हटा दी गयी हो।

इस पुस्तक में उल्लिखित विशेषज्ञ के राय का उपयोग करने का परिणाम लेखक और प्रकाशक के नियंत्रण से हटकर पाठक की परिस्थितियों और कारकों पर पूरी तरह निर्भर करेगा।

पुस्तक में दिये गये विचारों को आजमाने से पूर्व किसी विशेषज्ञ से सलाह लेना आवश्यक है। पाठक पुस्तक को पढ़ने से उत्पन्न कारकों के लिए पाठक स्वयं पूर्ण रूप से जिम्मेदार समझा जायेगा।

उचित मार्गदर्शन के लिए पुस्तक को माता-पिता एवं अभिभावक की निगरानी में पढ़ने की सलाह दी जाती है। इस पुस्तक के खरीददार स्वयं इसमें दिये गये सामग्रियों और जानकारी के उपयोग के लिए सम्पूर्ण जिम्मेदारी स्वीकार करते हैं।

इस पुस्तक की सम्पूर्ण सामग्री का कॉपीराइट लेखक/प्रकाशक के पास रहेगा। कवर डिजाइन, टेक्स्ट या चित्रों का किसी भी प्रकार का उल्लंघन किसी इकाई द्वारा किसी भी रूप में कानूनी कार्रवाई को आमंत्रित करेगा और इसके परिणामों के लिए जिम्मेदार समझा जायेगा।

---

मुद्रक: रेप्रो नॉलेजकास्ट लिमीटेड, ठाणे

# प्रकाशकाचे मनोगत

आम्ही आजपर्यंत स्वयंअध्ययन, स्वयंमदत आणि स्वयंप्रगती मालेत विद्यार्थ्यांसाठी आणि विविध क्षेत्रात करियर करू इच्छिणाऱ्या तरूणांसाठी अनेक पुस्तकमाला प्रकाशित केलेल्या आहेत. आमच्या प्रकशनानं आजपर्यंत शब्दकोष, खास मुलांसाठी शैक्षणिक पुस्तकं, विज्ञान माहितीकोष, चालू घडामोडी, व्यवस्थापनावरची मौलिक माहिती देणारी साडेतिनशेच्यावर पुस्तकं प्रकाशित केलेली आहेत. याच मालेतील हे पुढचं पुस्तक प्रकाशित करताना आम्हाला अत्यंत आनंद आणि अभिमान वाटतो आहे. इम्प्रुव्ह युवर मेमरी पॉवर हे आत्मविश्वास वाढविणारं पुस्तक असून याचा सर्वच वयोगटातील वाचकांना उपयोग होईल याची खात्री आहे.

शाळा आणि महाविद्यालयीन विद्यार्थी परिक्षेतील उज्ज्वल भवितव्यासाठी रात्रंदिवस कठोर मेहनत करत असतात. या पुस्तकात जी तीस प्रकरणं आहेत त्यात विविध तंत्रांच्या मदतीनं स्मरणअशक्ती जास्तीत जास्त तल्लख कशी करता येईल याचं सविस्तर विवेचन केलेलं असून प्रत्येक प्रकरणाच्या अखेरीस महत्त्वाच्या टिप्स आहेत जेणेकरून विद्यार्थ्यांना याचा पुरेपूर लाभ घेता येईल. या पुस्तकात स्मरणशक्ती तल्लख कशी करता येईल, एकाग्रता कशी वाढविता येईल, निरीक्षण शक्ती कशी वाढवावी, मीमांसा कशी करावी इत्यादीबाबत सविस्तर माहिती देण्यात आलेली आहे. प्रत्येक प्रकरणाच्या अखेरीस आजची तारीख दिलेली असून वाचकानं पेन्सिलनं त्यावर ते प्रकरण कोणत्या तारखेला वाचलं याची नोंद करावयाची आहे. यामागचा उद्देश इतकाच आहे की हा तीस दिवसांचा प्रोग्रॅम असून तो त्या कालावधीत पूर्ण व्हावा. आपली नियमीतता आपल्या लक्षात यावी यासाठी आणि स्वयंशिस्तीसाठी हे गरजेचं आहे. ही प्रकरणं आटोपशिर ठेवण्याचा प्रयत्न केला असून भाषा सर्व वयोगटातील वाचकांना समजेल अशी सोपी आणि सहज ठेवण्यात आलेली आहे. हे पुस्तक वाचताना वाचकांनाही तितकाच आनंददायी अनुभव येईल अशी आशा आहे!

# अनुक्रमणिका

प्रकाशकाचे मनोगत...................................................3

स्मृती म्हणजे काय हे जाणून घ्या..................................7
मेमरी इम्प्रुव्हमेंट प्रोग्रॅमची तयारी..............................14
निरीक्षण, युक्तिवाद आणि मीमांसा..............................17
शिकण्याची सवय....................................................19
निरीक्षणशक्तीचा विकास– भाग 1................................24
निरीक्षणशक्तीचा विकास – भाग 2..............................26
सराव –1..............................................................27
निरीक्षणशक्तीचा विकास– भाग 3................................29
निरीक्षणशक्तीचा विकास–भाग 4................................31
कल्पनाशक्तीचा विकास– भाग 1.................................33
कल्पनाशक्तीचा विकास भाग2...................................37
निर्णयक्षमतेत सुधारणा करणे.....................................39
एकाग्रता वाढविणे – भाग 1......................................43
एकाग्रता वाढविणे – भाग 2......................................46
सराव – 2.............................................................49
स्मरणशक्ती म्हणजे काय?.........................................53
विस्मरणावर मात कशी करावी?..................................58
स्मरणशक्तीत सुधारणा– भाग 1..................................65
स्मरणशक्तीत सुधारणा– भाग 2..................................70
सांकेतिक भाषा......................................................72
विद्यार्थ्यांसाठी विशेष टिप्स.......................................75

| | |
|---|---|
| अभ्यासाच्या तणावाशी जुळवून घ्या | 80 |
| सराव –3 | 91 |
| मेडिटेशन – यशाची गुरुकिंी | 96 |
| महत्त्वाची टिपणं कशी काढावीत | 100 |
| वेळेचं अचूक नियोजन | 102 |
| अभ्यासातील रुची वाढवा | 110 |
| सकारात्मक विचार आणि आत्मविश्वास | 115 |
| परीक्षेची पूर्वतयारी | 119 |
| अभ्यासू कसे बनावे | 124 |
| लेखकाच्या सहज सोप्या टिप्स | 130 |

दिवस 1

# स्मृती म्हणजे काय हे जाणून घ्या

स्मरणशक्ती वाढविण्यासाठी मुळात स्मरणशक्ती म्हणजे काय, स्मृती म्हणजे काय आणि मेंदूमध्ये तिची साठवण कशाप्रकारे होते हे थोडक्यात जाणून घेऊ. आपलं दैनंदिन जगणंही ज्यावर अवलंबून असतं ती निसर्गानं मनुष्याला बहाल केलेली अलौकिक शक्ती म्हणजेच स्मरण शक्ती होय. जन्मजात ती मानवी मेंदूत असते आणि वयानुरूप कधी नैसर्गिकपणे तर कधी जाणीवपूर्वक आणि प्रयत्नांनी ती

वाढत जाते, तिचा विस्तार होत जातो. आजच्या भाषेत सांगायचं तर, मानवी मेंदू हा संगणकाप्रमाणे काम करतो आणि यात हार्डवेअर, सॉफ्टवेअर असे दोन भाग

**आजची तारीख :** / / /
(कृपया पेन्सिलने लिहावे)

करता येतील. या प्रकरणात आपण या मेंदूच्या हार्डवेअरला बाजूला ठेवून त्याच्या कार्यपद्धतीवर थोडकयात चर्चा करणार आहोत.

कसा आहे माणसाचा मेंदू? तर एका रबरबॅण्डसारखा. हातात घेतल्यावर त्याच्या जितका आकार दिसतो त्याहून अधिक मोठा आकार धारण करण्याची रबराची क्षमता असते, त्याच धर्तीवर मानवी मेंदूची क्षमताही अशीच विलक्षण असते. तुम्ही जितका याचा वापर वाढवाल तितकी त्याची संग्रहणक्षमता वाढत जाते. त्याच्यात प्रचंड प्रमाणात माहिती साठविण्याची आणि गरज भासेल तेंव्हा ती वापरण्याची क्षमता असते. दुसऱ्या बाजूला जर तुम्ही मेंदूचा पूर्ण क्षमतेनं वापर केला नाही तर त्याची क्षमता क्षीण होते, तो कुचकामी बनू लागतो आणि 'डिमोटिव्हेट' बनतो. अगदी सोप्या शब्दात सांगायचं तर 'गंज' चढतो. वय जसजसं वाढत जातं तसतशी परिस्थिती अधिक गंभीर बनत जाते. वाढत्या वयासोबत मेंदूची हळूहळू 'विचार' करण्याची क्षमता क्षीण होऊ लागते, माहितीचा संग्रह करण्याची आणि तिचं विष्लेषण करण्याची शक्ती उताराला लागते आणि मग विचारातला गोंधळ वाढायला लागतो. मन कमकुवत बनून कुचकामी बनायला लागतं.

एखाद्या यंत्राची जशी नियमीत देखभाल केली तर त्याला गंज चढत नाही आणि ते दीर्घकाळ कार्यरत रहातं त्याचप्रमाणे मेंदूलाही दीर्घकाळ उत्तम प्रकारे कार्यरत ठेवायचं असेल तर त्याची योग्य ती देखभाल करणं गरजेचं आहे. त्याला निरूद्योगी न ठेवता सतत खाद्य पुरवलं पाहिजे.

मेंदूचं खाद्य कोणतं? मेंदूला सकारात्मक आणि सतत नवनवीन कल्पनांवर विचार करायला लावणं हा मेंदूसाठी सर्वोत्तम असा पोषक आहार आहे. तुम्हाला कदाचित कल्पना नसेल पण अशा प्रकारचं खाद्य जर मेंदूला सतत पुरवत राहिलं तर ते प्रसन्न, आनंदी रहातं आणि शरीरालाही तंदुरूस्त ठेवतं.

सकारात्मकता कशी बनवावी? तुम्ही आजपर्यंत अनेकदा हा शब्द ऐकला असेल. मात्र सकारात्मकता नेमकी कशी आत्मसात करावी हे आता आपण पाहणार आहोत. तुमचा स्वतःवर विश्वास असायला हवा, भूतकाळातले अनुभव आणि तुमच्या अंगी असणाऱ्या क्षमता या पायावर ही सकारात्मकता भक्कम उभी रहाते. मेंदूचं वाढत जाणारं वय हे तुमच्या विचारक्षमतेवर आणि रोजच्या जगण्यावर थेट परिणाम करणारं असतं. जर तुम्ही तुमचं आयुष्य तणावमुक्त आणि आनंदात व्यतीत केलेलं असेल तर उतारवयातही तुमचा मेंदू तरतरीत असतो आणि उत्तमप्रकारे काम करत रहातो. तारूण्यात जी अफाट ऊर्जा मेंदूत असते तीच उतारवयातही असण्यामागचं रहस्य हेच आहे. याचाच अर्थ असा की, एखादी माहिती योग्य प्रकारे संग्रहीत करून ठेवणे आणि वेळेवर ती अचूक प्रकारे शिवाय तत्परतेनं वापरता येणे, मेंदू उत्तम प्रकारे कार्यरत आहे हे ओळखण्याचं हे मुख्य लक्षण आहे.

आज या क्षणाला तुम्ही स्वतःलाच एक वचन द्यायचं आहे, स्मरणशक्तीचा विकास करण्यासाठी आवष्यक ते सर्व प्रयत्न सर्व ताकदीनं आणि प्रामाणिकपणे

करण्याचं. या पुस्तकात स्मरणशक्तीचा विकास आणि वाढ करण्यासाठी सांगितलेले शास्त्रीय प्रयत्न गांभिर्यानं, नियमीतपणानं आणि सातत्यानं करायचे आहेत. कोणत्याही प्रकारचा अनावष्यक तणाव घेण्याचं आणि काळजी करण्याचं कारण नाही. एखाद्या प्रयत्नाला यश मिळवायचं असेल तर सर्वात महत्वाचं म्हणजे त्यासाठीचे प्रयत्न हे स्थिरचित्तनं आणि शांतपणानं करणं. घाई, गोंधळ आणि ताण यांना दूर ठेवत निग्रहानं प्रयत्न केले तर यश दूर नाही. अर्थात प्रत्येक व्यक्ती निराळी आहे आणि त्याच्या मेंदूची रचनाही भिन्न आहे त्यामुळे दिसणाऱ्या परिणामात फरक असणारच मात्र इथे काही स्पर्धा नाही. असेलच स्पर्धा तर तो स्वतःशी आहे. कोणाला एका प्रयत्नात यश लाभेल तर कोणाला पुनःपुन्हा प्रयत्न करावे लागतील, मात्र जो प्रयत्न करतो त्याला यशही मिळतं हे ही तितकचं खरं आहे. म्हणूनच निराश न होता प्रयत्न करत रहा.

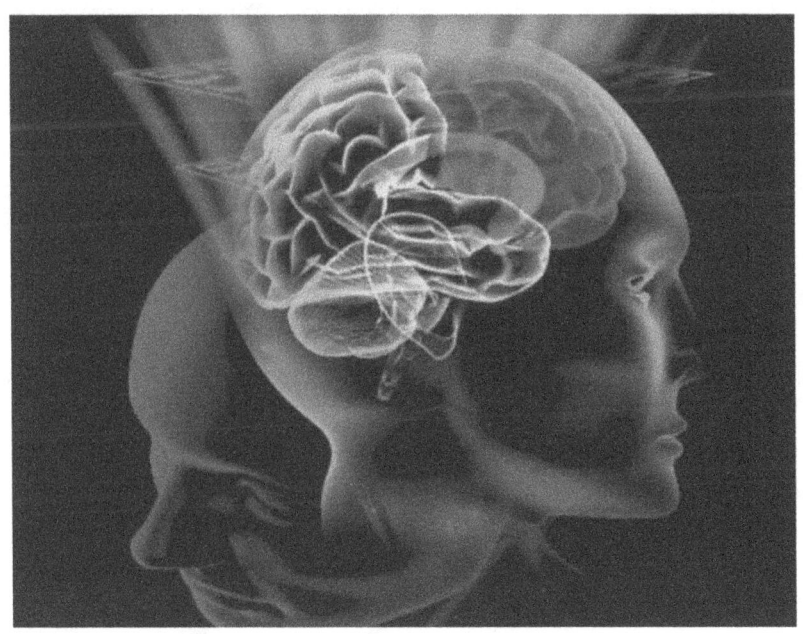

आपला मेंदू हे एक अजब आणि गुंतागुंतीच रसायन आहे. मुळात मेंदू हे इंद्रियच प्रचंड हुशार आहे. गमनीचा भाग म्हणजे अफाट हुशारी असणाऱ्या मेंदूचा आपण जेमतेम वापर करून त्याचा बहुतांश भाग हा न वापरना टाकावू करून टाकतो. अगदी जगातल्या सर्वोत्तम हुशार व्यक्तीही मेंदूचा पूर्ण क्षमतेनं दहा टक्केच वापर करतात असं आढळलं आहे, म्हणजे सर्वसामान्य कुवतीचा माणूस मेंदूचा किती वापर करत असेल ते तुम्हीच लक्षात घ्या. विचार करा तुमच्या मेंदूची क्षमता केवळ काही टक्यांनी जरी तुम्ही वाढवली तरिही तुमचं आयुष्य संपूर्णपणे बदलून जाईल. या पुस्तकात तुम्हाला नेमकं याचं दिशेनं मार्गदर्शन करण्यात आलेलं आहे. पुस्तक

काळजीपूर्वक वाचा, प्रत्येक तंत्र समजून घ्या आणि ते तुमच्या क्षमतेनुसार अंमलात आणा. पुन्हा एकदा, कोणाशीही तुलना न करता केवळ आणि केवळ स्वतःच्या प्रगतीचा विचार करा. जस्ट बी युवरसेल्फ आणि पहा, तुम्ही यश काबीज केलं असेल!

या जगानं आजवर अनेक अफाट हुशारी असणारी व्यक्तीमत्त्वं पाहिलेली आहेत, त्यांची इतिहासानं नोंद ठेवलेली आहे. यात नवनवीन शोध लावून विस्मयचकीत करणारे शास्त्रज्ञ आहेत, सांख्यिकी चमत्कार दाखविणारे गणितज्ज्ञ आहेत, कलाक्षेत्रात उत्तुंग काम करणारे कलाकार आहेत, अध्यात्मिक गुरू आहेत, संत महात्मे आणि समाजाला वाहून घेतलेले समाजकारणोही आहेत. या सर्वांनी त्यांच्या मेंदूला इतक्या अफाट पद्धतीनं कामाला लावलं की, त्यांनी त्या त्या क्षेत्रातलं कळस गाठलं आणि मानवी जीवन अधिक समृध्द केलं. न्युटन, अल्बर्ट आईनस्टाईन, ग्रॅहम् बेल, जॉन हॉपकिन्स्, शकुंतलादेवी ही त्यापैकी काही नावं. ही यादी खरं तर न संपणारी आहे.

नियमीत व्यायाम, संतुलीत आहार ही तंदुरूस्त मन–शरीराची गुरूकिल्ली आहे. आरोग्यदायी जीवनशैलीसाठी या दोनही गोष्टी अत्यंत आवष्यक आहेत. शरीराची तंदुरूस्ती या दोन गोष्टोंवर अवलंबून आहे तर मेंदूची तंदुरूस्ती सातत्यानं नवनवीन कल्पनांचा पाठपुरावा करत रहाणे, नवे, आशादायी, सकारात्मक विचार मनात रूजविणे यावर अवलंबून आहे. निरोगी मेंदूसाठी हे बंधनकारकच समजा नां! नियमीत आणि योग्य प्राकारच्या, योग्य त्या प्रमाणातल्या शारिरीक व्यायामामुळे काय होतं? तर रक्ताभिसरण सुव्यवस्थित रहाण्यास मदत होते, रक्तातलं प्राणवायुचं प्रमाण उत्तम रहातं, धमन्या निरोगी रहातात, कोलेस्ट्रॉलवर नियंत्रण रहातं आणि हे असं निरोगी, पोषक रक्त मेंदुपर्यंत छान पोहोचतं, मेंदूचं काम उत्तम चालण्यासाठी, तो तरतरीत रहाण्यासाठी हे अत्यावष्य आहे. याशिवाय मानवी मेंदूची गुंतागुतीची रचना लक्षात घेता त्यासाठीचा निराळा व्यायामही करायला हवा. यासाठी विविध प्रकारची कोडी सोडवत रहाणं, शब्दकोडयांच्या चौकटीत मेंदूला फिरवणं, शाब्दिक खेळ खेळणं आणि गणिती कोडी सोडवत रहाणं हे सोपे व्यायाम प्रकार आहेत. मेंदू निरोगी असताना, तंदुरूस्त असताना अशा प्रकारची 'मेमरी पॉवर ॲयिटव्ही' करणं उत्तम. यामुळे मेंदूवर कोणताही अतिरीक्त ताण पडत नाही शिवाय या प्रोग्रॅमचा जास्तीत जास्त लाभ मिळवता येणं शकय होतं.

आज, आत्ता, या क्षणापासून एक नवी सुरवात करा. यापुढच्या प्रवासाचे तुमचे सोबती असणार आहेत, चिकाटी, ध्येयसाध्य करण्याचा ध्यास आणि प्रेरणा. गतकाळातील नकोशा आठवणी, प्रसंग पुसून टाकण्यासाठी आणि स्वतःची एक नवी ओळख निर्माण करण्यासाठी याचा तुम्हाला फायदा होणार आहे.

चला तर मग सुरवात करूया–सर्वप्रथम हळूवारपणानं डोळे मिटून घ्या आणि भविष्यात तुम्हाला काय बनायचं आहे यावर सर्व लक्ष केंद्रीत करा. कोणाला अभ्यासात प्रगती करायची असेल, कोणाला करियरमध्ये प्रगती साधायची असेल तर कोणाला

व्यवसायात प्रगती साधायची असेल. उद्दीष्ट कोणतंही असो त्याच्या कळसाकडे लक्ष केंद्रीत करा. आत्ता या क्षणाला कळस खूप उंचावर वाटेलही कदाचीत पण हळूहळू आपण ती वाट चालणार आहोत आणि ते साध्यही करणार आहोत हे नक्की. ध्येय कोणतंही असो ते साध्य करण्याची पहिली पायरी म्हणजे–व्हिज्युअलायझेशन–अर्थात मनःचक्षुसमोर चित्र रंगवणं. हे दिवास्वप्न नसून जाणीवपूर्वक चितारलेलं चित्र असणार असल्यानं त्याला एक 'भान'ही असणार आहे. हे एक असं तंत्र आहे जे तुम्हाला या प्रवासात इप्सितस्थळी घेऊन जातं.

स्मरणशक्तीला दोन विभागात ढोबळमानानं विभागता येईल–दीर्घकालीन आणि अंशकालीन लाँगइंग्रजीत याला आणि शॉर्टटर्म मेमरी असं संबोधलं जातं. शॉर्टटर्म मेमरी काय करते तर, सान्निध्यात येणारी प्रत्येक बारीक सारीक गोष्ट नोंदवून घेते मात्र तिचं अस्तित्व फार जास्त काळ असत नाही. उदाहरणार्थ मालिका, चित्रपट किंवा नाटक बघत असताना त्याचं कथानक, पात्रांच्या लकबी, पेहराव लक्षात ठेवणं. मात्र नजरेसमोरचा प्रसंग संपला की फार फार तर काही तास त्या आठवणी ताज्या रहातात.

लाँग टर्ममेमरी दोन विभागात विभागली जाते. पहिल्या प्रकारातली अभावीत असते. म्हणजे उदाहरणार्थ एखादी दुखःद, भितीदायक, धक्कादायक घटना भूतकाळात घडलेली असेल तर त्यानंतरच्या आयुष्यात पुनःपुन्हा त्या भावनेचा प्रत्यय त्या त्या वेळप्रसंगी येत रहातो, किंवा आपण एखादा रूचकर पदार्थ खातो आणि त्यानंतर तसाच पदार्थ खाताना पुन्हा जुनी चव जिभेवर येते, पिकनिकला गेल्यावर जुन्या पिकनिकच्या आठवणी आठवतात, एखादा सुंदर चेहरा बघून आपल्याला आनंद वाटतो आणि भूतकाळातल्या एखाद्या आनंददायी आठवणींना उजाळा मिळतो, दुसया प्रकारातली स्मरणशक्ती  म्हणजे आपण जाणीवपूर्वक एखाद्या गोष्टीची तालीम करतो, सराव करतो किंवा पाठांतर करतो ती.

**मानवी मेंदूचं दोन विभागात वर्गीकरण होतं**–कॉन्शस् (जागृत) आणि सबकॉन्शस् (सुप्त) माईंड. गंमत म्हणजे या दोनही विभागांचं काम एकाचवेळेस सुरू असतं. यातलं सुप्तावस्थेतला मेंदू आपण अगदी झोपलेलो असतो त्याही वेळेस काम करत असतो मात्र कॉन्शस मेंदूला अधून मधून विश्रांतीची गरज असते. मात्र हा जो सुप्तावस्थेतला मेंदू असतो तो आपल्या सर्व विचारप्रक्रियेवर नियंत्रणही ठेवून असतो बरं का! सर्व प्रकारच्या सकारात्मक–नकारात्मक भावना, आनंद–दुःख, विष्लेषण करण्याची आणि शिकण्याची शक्ती इत्यादी सर्व या सुप्तावस्थेतील मेंदूच्या कब्जात असतं. म्हणूनच या सुप्तावस्थेतील मेंदूमध्ये काय काय जमा होतंय हे सतत तपासत रहाणं महत्त्वाचं. हा मेंदू केवळ साठवण्याचं काम करतो, काय चांगलं आणि काय वाईट ठरविण्याची क्षमता त्याच्यात नसते. त्याला केवळ संग्रहण करणं माहोत असतं. पोत्यात जसं सामानसुमान भरलं जातं तसं या मेंदूत अगदी काहीही साठवून ठेवण्याची क्षमता असते 'क्वालिटी कंट्रोल' नसल्यानं बरं वाईट, भलं बुरं सगळं कोंबलं जात असतं म्हणूनच आपण कधी आनंदी असतो तर कधी दुःखी. दुसऱ्या

शब्दात सांगायचं तर आपण कधी आनंदी असतो तर कधी दुःखी, ही सगळी या सुप्तावस्थेतल्या मेंदूचीच कृपा असते.

कोणतंही यंत्र दीर्घकाळ चालू ठेवायचं असेल तर ते अधून मधून थोडया वेळासाठी का होईना बंद ठेवायचं असतं किंवा त्याला आराम द्यायचा असतो. हाच नियम मेंदूलाही लागू होतो. म्हणूनच छान गाढ झोप झाल्यानंतर आपल्याला खूप छान ताजंतवानं वाटतं. शरीर आणि जागृत मेंदूला आपण काही तासांसाठी आराम देतो म्हणून त्यांना तरतरी येते. अंधारात आणि शांततेत लागलेली झोपच अशा प्रकारचा आराम देऊ शकते. डोळ्यांवर उजेड आला की सर्व यंत्रणा आपोआप कार्यान्वित होण्याची एक अजब यंत्रणा आपल्यात निसर्गानं बसविलेली आहे. सूर्योदय आणि सुर्यास्त यांच्याशी मेळ घातलेलं एक जैविक घडयाळ आपल्यात असल्यानं रात्र झाली की आपोआप झोप येते तर सूर्योदय झाल्यावर आपोआप जाग येते. रात्रीची वेळच विश्रांतीसाठी आदर्श मानली गेल्याचं हे एक कारण आहे. मात्र सुप्तावस्थेतला मेंदू अजिबात अगदी क्षणाचाही आराम करत नाही. जन्मल्यापासून जो हा मेंदू कामाला लागतो ते तो सतत काम करतच रहातो. म्हणून मग या सतत कामात असणाऱ्या मेंदूला आराम देणं आणि त्याचं आरोग्य राखणं जागृतपणानं आपल्यालाच करावं लागतं. हा मेंदू माहिती गोळ करतो आणि त्याचं ताब डतोब विष्लेषण करून मोकळा होतो. योग्य ती पोषण मुल्यं, नियमित व्यायाम, पुरेशी विश्रांती यामुळे या मेंदूत साठणारी अनावष्यक माहिती साफ करून टाकली जाते, अनावष्यक भावनांचा निचरा होतो आणि स्मरणशक्ती वाढविण्यासाठी याचा अर्थातच उपयोग होतो.

**पोषण**–मनाचं किंवा मेंदूचं पोषण कसं करायचं? तर यासाठी तीन मार्ग आहेत.

**संतुलीत आहार**– सर्वात पहिला म्हणजे संतुलित आहार. सर्व प्रकारची जीवनसत्वं, खनिजं, चोथा, प्रथिनं, कार्बोदकं, कॅल्शियम, आयर्न, सोडियम, अमिनो आम्लं इत्यादी सगळं नियमीत आणि योग्य त्या प्रमाणात शरीराला पुरवलं पाहिजे. मेंदूकडे जाणाऱ्या रक्तवाहिन्यातून भरपूर प्राणवायू पाठविणं हा दुसरा उपाय. यासाठी रोजच्या रोज नियमित चालणं, सायकल चालविणं, लिफ्टऐवजी जिन्याचा वापर करणं, घरगुती कामात मदत करणं हे गरजेचं आहे. सकारात्म विचारसरणीच्या आणि सतत नवीन काही करणाऱ्या लोकांच्या सान्निध्यात रहाणं हेदेखिल महत्त्वाचं आहे. समोरच्याचं यश आपल्यालाही उत्तेजित करतं आणि प्रेरणा देतं.

**आराम**–जागृत मेंदूला आराम देणं आपल्या नियंत्रणात असतं. भरपूर झोप, कामाच्या मधली एक छोटी डुलकी, कामातील बदल, कामात मधून एखादा टी किंवा कॉफी ब्रेक घेणे, संगीत ऐकणे, टिव्ही बघणे, पुस्तक वाचणे, एखादा खेळ खेळणे हे आराम करण्याचे मार्ग आहेत.

दुसऱ्या बाजूला सुप्तावस्थेतील मेंदूला मात्र नियंत्रणात ठेवणं कठीण असतं आणि म्हणूनच त्याला आराम देणंही कठीण असतं. यावर उत्तम उपाय म्हणजे, 'मेडिटेशन'. यामुळे सुप्तावस्थेतील मेंदू पूर्ण विश्रांती घेत नसला तरीही त्याच्या

विचारांची गती आपल्याला कमी करता येते. अशा प्रकारे अगदी काही मिनिटांसाठी त्याला विश्रांती दिली तरीही त्याची क्षमता कैकपटीनं वाढते. मेडिटेशनचा आणखी एक मोठा लाभ म्हणजे मेडिटेशनला सुरवात केल्यानंतर सुरवातीच्या काही मिनिटांतच मनातील नकारात्मक भावनांचा निचरा होतो आणि हे सातत्यानं केल्यास या भावना कायमच्याच नाहीशा होतात. यामुळे अर्थातच ध्येयावर लक्ष केंद्रित करण्यासाठी उपयोग होतो. हा सुप्तावस्थेतील मेंदू जागृत मेंदूवरही नियंत्रण ठेवून असतो. सर्व निर्णय याच्या सहमतीशिवाय होतच नाहीत म्हणूनच याला निरोगी ठेवणं महत्त्वाचं आहे. सुप्तावस्थेतील मेंदूवर नियंत्रण आणून त्याला आपल्या मर्जीनुसार वागविणं शक्य आहे का? याचं उत्तर आहे, होय. मात्र त्यासाठी सातत्यपूर्ण आणि प्रामाणिक प्रयत्न करायला हवेत. एक गुपित सांगायचं तर हा जो सुप्तावस्थेतला मेंदू आहे त्याला जर योग्य दिशेत आपण विचार करण्याची सवय लावली तर तो अगदी आष्चर्यकारक परिणाम साधतो. जे अशकयप्राय आहे ते मिळविणाऱ्यांनी हेच केलेलं असतं. सुप्तावस्थेतील मेंदूला त्यांनी योग्य दिशा दाखवत कामाला लावलेलं असतं. आपल्याही नकळत आपण अवघ्या काही दिवसात जास्त अचूकपणानं काम करायला लागतो, कामातली अचूकता वाढलेली असते शिवाय काम करताना पूर्वी जाणवणारा थकवाही आता नाहीसा झालेला असतो. म्हणूनच या सुप्तावस्थेतल्या मेंदूला सतत सकारात्मक विचारांचं शिंपण आणि योग दिशा दाखवत राहिलं पाहिजे. एखादी गोष्ट साध्य करण्यात या सुप्तावस्थेतील मेंदूचीच महत्त्वाची भूमिका असते, जागृतावस्थेतील मेंदू फार थोडी आणि मोजकी जबाबदारी घेत असतो.

व्यायाम – चालण्याचा व्यायामाची शरीराच्या तंदुरूस्तीत जी भूमिका असते तीच विचार करण्याच्या क्रियेची मेंदूच्या तंदुरूस्तीत. या दोनही क्रिया अभावितपणाने होत असतात. शाररिक आणि मानसिक व्यायामामुळे तंदुरूस्ती लाभण्यास मदत होते. शाररिक व्यायामामुळे रक्ताभिसरण सुधारण्यास मदत होते आणि मेंदूपर्यंत भरपूर प्रमाणात प्राणवायू पोहोचविला जातो. यामुळे मेंदुची कार्यपद्धती अधिक सक्षम होण्यास मदत होऊन जास्त स्थिरचित्तानं कामं केली जातात. मेंदुचे व्यायाम मेंदुला पोषक वातावरण बनवितात आणि त्याला अधिक कार्यक्षम बनवितात.

**विशेष महत्वाचंः** हे प्रकरण आजच्या दिवसात किमान दोन ते तीनवेळा वाचून काढा. दोन वाचनांच्यामध्ये किमान चार तासांचं अंतर राखा. यामुळे तुमच्या मेंदूला पूर्वतयारी करता येईल आणि तुम्ही 'मेमरी इम्प्रुव्हमेंट प्रोग्रॅम'साठी अधिक चांगल्याप्रकारे तयार व्हाल.

दिवस 2

# मेमरी इम्प्रुव्हमेंट प्रोग्रॅमची तयारी

या प्रकरणात आपण काही व्यायाम पहाणार आहोत. हे मेंदूचे व्यायाम आहेत, जेणेकरून आपली स्मरणशक्ती तल्लख होणार आहे. सजग, तरतरीत आणि निर्णयक्षम मेंदूसाठीचे हे व्यायाम दुसऱ्या बाजूला स्थिरचित्तही मिळवून देणार आहेत. हे व्यायाम अगदी सोपे आहेत जे तुम्ही रोजच्या रोज विनासायास करू शकणार आहात.

**स्वैरपणे तर्क करा–** आपण एखाद्या गोष्टीचा विचार करतो म्हणजे नेमकं काय करतो? तर अनुमान किंवा तर्क करतो. तर्क करणे हा मेंदूसाठी एक उत्तम व्यायाम आहे. तर्क करत राहिल्यानं विचारांना चालना मिळते आणि पूर्वी न केलेले विचार मेंदू करू लागतो. चला मग आता या तर्क करण्याच्या व्यायामाला शास्त्रशुध्द पध्दतीनं सुरवात करूया–

- सर्वप्रथम डोळे मिटून घ्या आणि मग हळू हळू चालत जात स्पर्श करून खोलीतल्या वस्तूंबद्दल विचार करा. अगदी टेबल, टिव्ही, बेड, खुर्ची, कॉम्प्युटर या सगळ्या गोष्टीना हात लावा आणि त्या ओळखा.
- सुटे पैसे म्हणजेच नाणी एका डब्यात ठेवा आणि डोळे बंद करून ती खाली पसरवून स्पर्शानं ओळखण्याचा प्रयत्न करा. त्यांच्यात काय फरक आहे तपासण्याचा प्रयत्न करा.
- तुमच्या घराला लागून जर रस्ता असेल तर उत्तम अन्यथा रस्त्याच्या कडेला सुरक्षित अंतरावर उभे रहा आणि डोळे हळूवार मिटून रस्त्यावरून येणाऱ्या जाणाऱ्या वाहनांच्या आवाजांना ओळखण्याचा प्रयत्न करा. किंवा घरातच डोळे मिटून बसून आजूबाजूचे आवाज लक्ष देऊन ऐका आणि ते कोठून येत आहेत, कशाचे आहेत हे जाणून घेण्याचा प्रयत्न करा.
- जेव्हा कधी बागेत जाल तेंव्हा सुवासावरून फुलं ओळखण्याचा प्रयत्न करा.
- रोजच्या रोज तापमानात, हवामानात बदल होत असतो तो ओळखण्याचा प्रयत्न करा आणि तुमचा अंदाज कितपत अचूकतेच्या जवळ जाणारा आहे हे पडताळून पहा.
- डोळे बंद करून आंघोळ करा आणि नेहमीच्याच क्रिया डोळे

**आजची तारीख :** / / /
(कृपया पेन्सिलने लिहावे)

बंद करून करा. उदाहरणार्थ नळ सुरू करणे, बादली नळाखाली ठेवणे, साबण घेऊन अंगाला लावणे इत्यादी सर्व क्रिया डोळे बंद करून करा.

- जेवायला बसल्यावर डोळे मिटून घ्या आणि तुमच्या डिशमध्ये काय वाढलं जात आहे हे वासावरून किंवा स्पर्शानं ओळखण्याचा प्रयत्न करा.

## हातातला बदल

**विशेष सूचना**– जर तुम्ही उजव्या हातानं तुमची कामं करत असाल तर या व्यायामप्रकारात डावा हात वापरा आणि जर डावखुरे असाल तर या व्यायामप्रकारात उजवा हात वापरा.

सर्वसामान्यपणे आपण सगळेचजण आपल्या उजव्या हाताचा जास्त वापर करत असतो. लिखाणापासून जेवणापर्यंत उजवा हातच बहुतेकजण वापरतात. काहीजण मात्र डाव्या हाताचा वापर करतात. आपल्या शरीरयंत्रणेची एक गंमत म्हणजे आपण जी बाजू वापरनो त्याच्या सूचना मेंदूच्या बरोबर उलट्याा बाजूकडून येत असतात. म्हणजेच उजवा हात वापरणाऱ्यांच्या बाबतीत काय होतं? तर त्यांच्या मेंदूची डावी बाजू सतत कार्यरत असते आणि उजव्या बाजूचा मेंदू मात्र बराचकाळ कामाविना थंड असतो. आता आपण ज्यावेळेस डावा हातही वापरायला लागतो त्यावेळेस काय होतं?तर मेंदूची उजवी बाजूही कामाला लागते. अशा प्रकारे दोनही बाजूचा मेंदू वापरल्यानं काय होतं, तर आपला वेळ वाचतो आणि मेंदूचा जास्तीत जास्त वापर केला जातो. मागच्या प्रकरणात आपण पाहिलं आहे की, मेंदू जितका जास्त वापरला जाईल तितकी स्मरणशक्ती तल्लख होण्यास मदत होते. चला तर मग आता हे तंत्र शिकून घेऊ–

- सुरवात खेळांपासून करूया–ल्युडो, टेबल टेनिस, बॅडमिंटन, पत्ते, कॅरम, बुध्दीबळ अशांसारखे खेळ खेळताना अधून मधून दुसऱ्या हाताचाही जाणीवपूर्वक वापर करा.
- जेवताना कधीतरी दुसऱ्या हाताचाही वापर करा त्याचप्रमाणे लिहिताना, चित्र काढताना ते रंगवितानाही अधून मधून दुसऱ्या हाताचा वापर करा.
- कॉम्प्युटर, टेलिव्हिजन, रेडिओ दुसऱ्या हातानं सुरू किंवा बंद करा. त्याचप्रमाणे रिमोटही दुसऱ्या हातानं वापरा.
- दात घासणे, केस विंचरणे, दाढी करणे, फोनचे क्रमांक दाबणे अशा सारख्या क्रिया दुसऱ्या हातानं करा.
- भाजी चिरणे–त्यांच्या साली काढणे, फळांच्या साली काढणे, भांडी धुणे, स्वयंपाक करणे अशा क्रिया करतानाही दुसऱ्या हाताचा पूर्ण वापर अधून मधून करत जा.

📷 गाडी सुरू करतानाही हा व्यायाम करता येईल. म्हणजे, बाईकला किक मारताना किंवा किल्ली लावताना आवर्जून दुसऱ्या हाताचा वापर करा.

---

**विशेष महत्त्वाचं:** हे प्रकरण आजच्या दिवसात किमान दोन ते तीनवेळा वाचून काढा. दोन वाचनांच्यामध्ये किमान चार तासांचं अंतर राखा. या प्रकरणात सांगितलेल्या क्रिया अगदी लक्षात ठेवून जाणीवपूर्वक करा. वाचायला जितकं सहज सोपं वाटतंय तितकं प्रत्यक्षात करताना कदाचित ते असणार नाही मात्र सराव करत रहा. एक मात्र नक्की की, त्याच नेहमीच्या क्रिया ज्यावेळेस तुम्ही दुसरा हात वापरून कराल तेंव्हा तुम्हाला मौज नक्की वाटेल आणि हा व्यायाम कंटाळवाणा अजिबात वाटणार नाही.

दिवस 3

# निरीक्षण, युक्तिवाद आणि मीमांसा

या प्रकरणात जे तंत्र किंवा क्रियांचा विचार करण्यात आलेला आहे, त्यामुळे एखादी कृती किंवा निर्णय नेहमीपेक्षा निराकया पध्दतीनं घेण्याची सवय मेंदूला लागणार आहे. याचा उपयोग या ना त्या प्रकारे अभ्यास करताना होत असतो. या प्रकारच्या ॲक्टिव्हिटीज्ना 'को–करिक्युलर ॲयिटव्हिटीज्' असं संबोधलं जातं. म्हणजेच, अभ्यासांतर्गत कार्यक्षमता.

- विविध प्रकारची कोडी सोडविण्याचा सराव करा. गणिती प्रकारची कोडी उदाहरणार्थ सुडोकु, शब्दकोडी, उलटसुलट लिहिलेल्या अक्षरांतून अचूक शब्द ओळखणे, शब्द बनविण्याचा खेळ खेळणे. सामान्य ज्ञान असो किंवा भाषा अथवा गणित– शास्त्र अशा प्रकारचे संख्यांचे आणि शब्दांचे खेळ खेळणं हा मेंदूसाठीचा उत्तम व्यायाम आहे.
- समूहनृत्य, गटचर्चा, वादविवादस्पर्धा, नाटक, समूहगान यात सहभागी होणे.
- शाळा, महाविद्यालय किंवा विविध संस्थांतर्फे आयोजित सायन्स फेस्टिव्हल्स, कार्यशाळा, चर्चासत्रं यामध्ये आवर्जून सहभागी होत जा. किमान त्यांना भेट आवर्जून द्या.
- नवा छंद जोपासा– कविता किंवा लेख लिखाण, स्केचिंग, पेंटिंग, नृत्य, गाणं, वादन, एखादा क्रीडा प्रकार अशासारखे छंद जोपासा. अगदीच काही जमलं नाही तर वाचनाचा छंद लावून घ्या.
- निसर्ग निरीक्षण करून टिपणं काढा. फूलं, पानं, किडे, फूलपाखरं, पक्षी यांचं निरीक्षण करून तुम्हाला जाणवलेलं सगळं टिपून ठेवा आणि त्यांच्याबद्दल अधिक माहिती मिळविण्याचा प्रयत्न करा.
- संख्या उलट क्रमानं म्हणणंही एक रंजक व्यायाम आहे. म्हणजे 10,9,8,7,6,5 .....1,0 अशा प्रकारे उलटया क्रमानं संख्या म्हणत जा.
- सुरवातील बघून आकडे उलटे म्हणा आणि नंतर न बघता म्हणण्याचा सराव करा. हळूहळू त्या वाढवत जा. म्हणजे सुरवातील दहा ते शून्य म्हणा त्यानंतर वीस ते

**आजची तारीख :** / / /
(कृपया पेन्सिलनं लिहावे)

शून्य, मग थोडया दिवसांनी तीस ते शून्य अशा प्रकारे संख्या वाढवत न्या.

- एखाद्या कलाकाराची नक्कल करा. त्याचं बोलणं, एखादी विशिष्ट लकब याची मिमिक्री करा.
- नेहमीचे खेळ खेळताना काही नवीन कल्पना लढवा. वेगळ्या पद्धतीन खेळ खेळून बघा.
- बास्केटबॉल किंवा इतर कोणताही बॉल मैदानावर, हवेत किंवा रॅकेटनं जरा निराळा पद्धतीनं ड्रिबलिंग करता येतो का पहा.

## सर्वसाधारण घ्यावयाची खबरदारी

- आत्तापर्यंत सांगितलेलं आणि पुढे जे सांगितलं जाणार आहे ते सर्व करताना काळजीपूर्वक करा. मेंदूसाठीचे हे व्यायाम करताना स्वतःला त्याचप्रमाणे इतरांना हानी पोहोचणार नाही याची काळजी घ्या. हे व्यायाम करताना तुम्ही वेडपट किंवा हास्यास्पद दिसणार नाहीत याची काळजी घ्या.
- सुरवातील यापैकी काही तंत्र किंवा व्यायाम तुम्हाला कंटाळवाणे वाटतील किंवा ते करताना तुम्हाला अवघडलेपणा वाटण्याची शक्यता आहे. शिवाय सुरवातीला ते करणं कठीणही जाईल कदाचित, मात्र हे प्रयत्नच तुम्हाला इच्छित साध्य करून देणार आहेत. म्हणून थोडा संयम आणि चिकाटी राखा.
- या सरावामुळे विचारानांच केवळ चालना मिळणार आहे असं नव्हे तर मेंदूला एक स्थिरचित्तता, आराम आणि शांतता मिळणार आहे.
- मोकळ्या आणि आनंदी वातावरणात जर हा सराव केला तर त्याचे परिणाम अधिक जलद तर दिसतील शिवाय ते जास्त परिणामकारक असतील.
- अखेरचं आणि महत्त्वाचं म्हणजे, रोज अगदी नियमीतपणानं हा सराव केला तर मेंदूची कार्यक्षमता वाढणार आहे हे निष्चित.

एव्हाना तुम्हाला हे समजलं आहे की, मनुष्यप्राणी त्याचा केवळ दहा टक्केच मेंदू वापरतो. मात्र असं बघा, जर दहा टक्के मेंदू इतके चमत्कार घडवतो तर त्याचा अधिक जास्त आणि सजग वापर काय काय घडवू शकेल!

**विशेष महत्त्वाचंः** हे प्रकरण आजच्या दिवसात किमान दोन ते तीनवेळा वाचून काढा. दोन वाचनांच्यामध्ये किमान चार तासांचं अंतर राखा. या प्रकरणात सांगितलेल्या क्रिया अगदी लक्षात ठेवून जाणीवपूर्वक करा. तुमच्या प्रयत्नांबद्दल विचार करू नका किंवा त्यांच्या अपयशाबद्दल अथवा ते करण्यात तुम्ही कमी पडत आहात का, याचाही विचार करू नका. प्रत्येक नवा प्रयत्न तुम्हाला यशाच्या आणखी एक पायरी जवळ नेणारा आहे हे लक्षात ठेवा.

दि
व
स
4

# शिकण्याची सवय

माणसाला शिकण्याची सवय कशी लागते? मुळात निसर्गानंच शिकण्याची कला त्याला बहाल केलेली आहे. अगदी जन्म घेतलेल्या क्षणापासून तो शिकायला प्रारंभ करतो. श्वास घेणं हे तो सर्वप्रथम शिकतो आणि त्यानंतर मग हळूहळू एक एक गोष्ट शिकत जातो. अनेक गोष्टी रोज नियमीतपणे केल्यानं सरावाच्या होतात आणि म्हणून मग अचूकपणानं केल्याही जातात. म्हणजेच एखादी गोष्ट अचूकतेनं करण्यासाठी निरीक्षण आणि सराव महत्त्वाचाच नव्हे तर ती प्राथमिक आणि अनिवार्य गोष्ट आहे.

## नैसर्गिकरित्या सहजपणानं शिकणे

नजरेनं बघून, हातानं स्पर्श करून आणि नाकानं वास घेऊन, जिभेनं चव घेऊन शिकण ं हे नैसर्गिक आहे. म्हणजेच शिकण्याच्या प्रवासात ही पंचेद्रियं महत्त्वाची असतात. तुम्ही एखाद्या गोष्टीला स्पर्श करता त्यावेळेस त्याच्या लहरी मेंदूपर्यंत जातात आणि ज्या गोष्टीला स्पर्श केलेला आहे त्याबाबतची इत्यंभूत माहिती मेंदूत कायमची साठवली जाते. हा डाटाबेस मेंदूत अगदी पक्का बसून जातो. शिकण्याची ही प्रक्रिया

**आजची तारीख :** / / /
(कृपया पेन्सिलने लिहावे)

या जगात आल्यानंतर पहिल्यांदा डोळे उघडले की सुरू होते ती अखेरच्या श्वासापर्यंत अव्याहत सुरुच रहाते.

## औपचारीक शिक्षण

ही दुसऱ्या प्रकारची शिकण्याची प्रक्रिया शाळेत जाऊ लागल्यावर सुरू होते. शालेय स्तरावरचं शिक्षण, काही खास प्रशिक्षणवर्ग, कोचिंग यानंतर करियर दरम्यान 'करियर अपग्रेडेशन' साठीचे ट्रेनिंग प्रोग्रॅम यातून हे औपचारीक शिक्षण अखंड चालूच रहातं. तुम्ही जाणीवपूर्वक जे वाचता, लिहिता, पाठ करता ते सगळं मेंदूत साठविलं जातं. सततच्या उजळणीमुळे ते मेंदूत पक्कं बसतं. मात्र वाचलेलं योग्य प्रकारे लक्षात ठेवून ते नंतर उजळणी करता येणं, यासाठी स्मरणशक्ती तल्लख, तरतरीत असावी लागते.

## मीमांसा करत शिकणे

ही देखिल शिकण्याची एक नैसर्गिक पद्धत आहे. आपल्याला ज्या ज्या वेळेस एखादा प्रष्न पडतो, समस्या निर्माण होते, अडथळा येतो त्यावेळेस आपण अगदी नैसर्गिकरित्या मेंदूला प्रष्न विचारून कामाला लावतो आणि आपला मेंदूही कामाला लागतो. त्याच्यात साठविलेल्या डेटाबेसच्या आधारावर तो तर्क लावून विचार करून आपल्या प्रष्नाचं उत्तर देतो. हे सगळं मेंदू त्याच्या 'सब कॉन्शस लेव्हल'वर करत असतो. बऱ्याचदा अवघ्या काही सेकंदात प्रष्नाचं उत्तर मिळतं तर काहीवेळा बरेच दिवस जाऊ द्यावे लागतात. तर्क करणे हा या प्रक्रियेतला अनिवार्य आणि महत्त्वाचा घटक आहे.

## काही उदाहरणं–

1. हातात किंवा जवळपास घडयाळ नसताना आपण ज्यावेळेस (दिवसातला प्रहर कोणता आहे हे लक्षात घेऊन) वेळेचा अंदाज लावतो त्यावेळेस तर्कशास्त्र लावत असतो.
2. दुसऱ्या शहरात असणाऱ्या आजारी नातेवाईकाकडे जाण्याची वेळ येते त्यावेळेस आपण अभावितपणे निर्णय घेत असतो. कसं जायचं, कधी जायचं, कोण कोण जायचं. पोहोचण्यास किती वेळ लागेल, कोणत्या मार्गानं जायचं, आजारी नातेवाईकासाठी काही मदत घेऊन जायची असल्यास त्याचा विचार करणं, सोबत कोणाला न्यायचं असेल तर त्याचा विचार करणं इत्यादी.
3. याचं उत्तम उदाहरण म्हणजे आपण लग्नासाठी जोडीदार शोधतो ते किंवा व्यवसायासाठी भागीदार शोधतो ते. आपण जोडीदार किंवा भागीदार निवडत असताना स्वतःच्या आवडी निवडी यांचा विचार प्रामुख्यानं करत असतो आणि त्याला साजेसा जोडीदार किंवा भागीदार निवडतो.

चलबिचल, अस्थिर मनोवस्थेत असताना घेतलेले निर्णय चुकीचे असतात तर मेंदू आराम अवस्थेत, शांत असतो त्यावेळेस तो सर्वोत्तम निर्णय घेतो हे अनेक प्रयोगानंतर सिद्ध झालेलं आहे. म्हणूनच प्रयत्नपूर्वक नेहमी स्थिर रहाण्याचा प्रयत्न करा. यामुळे अचूक आणि योग्य निर्णय घेणं शयय होईल.

## हिट ॲण्ड ट्रायल पद्धत

ही देखिल एक सामान्य पद्धत आहे. सतत समस्या सोडवत राहिल्यानं जे आपसूक शिकलं जातं त्याला हिट ॲण्ड ट्रायल म्हणतात. विविध नवनवीन मार्गांनी किंवा जुन्याच तंत्रानं एखादी समस्या सोडविता येते. एकदा समस्या सोडविली की तुम्हाला आराम मिळतो आणि शांत वाटू लागतं त्याचप्रमाणे पुढील प्रयत्न अधिक निराळ्या पद्धतीनं करण्याची नोंदही मेंदूनं घेतलेली असते.

## काही उदाहरणं

1. कुलूप नवं आहे आणि किल्यांच्या जुडग्यातून आपल्याला किल्लो शोधून ते उघडायचं आहे तर पहिल्यावेळेस काय होतं? किल्ल्या साफ चुकीच्या लागतात. घाईच्यावेळेस तर आणखीनच तारांबळ होते मात्र दोन चार किल्ल्या लागल्यानंतरच अचूक किल्लो लागून कुलूप उघडतं. पुढच्या वेळेस हे कुलूप उघडण्यासाठी हवी ती किल्लो पहिल्याच प्रयत्नात हाताशी यावी यासाठी काय युक्ती करता येईल याचा मेंदू अगदी त्याच क्षणाला करू लागतो. शिवाय अशा प्रकारची कोणतोही युक्ती योजली नाही तरीही कालांतरानं केवळ सरावानं आपण योग्य ती किल्लो लावून कुलूप उघडू शकतो.
2. जे कुलूपाचं तेच लाईटच्या बटनांचं. सुरवातील नवा बोर्ड असताना नेमकं कोणतं बटण कशाचं आहे हे न समजल्यानं आपण खटाखट सगळीच बटणं दाबून टाकतो. मात्र काही दिवसांच्या सरावानं कोणतं बटण कशासाठी आहे लक्षात रहातं.
3. हेच त्याहीवेळेस घडतं ज्यावेळेस आपण शब्दकोडं सोडवत असतो. जम्बल वर्डस किंवा स्क्रिबल्ससारखा खेळ खेळताना सुरवातीला भांबावलेपणा असतो मात्र अवघ्या काही सेकंद–मिनिटांत मेंदू सफाईनं काम करू लागतो.

एखाद्या व्यक्तीच्या शिकण्याच्या प्रक्रियेत अनेक घटक सहभागी असतात आणि परिणाम करणारे असतात. जे शिकण्याच्या प्रक्रियेच्याबाबतीत तेच माहितीचं संग्रहण करण्याच्याबाबतीत आणि त्याची उजळणी करण्याबाबतीतही लागू होतं.

## ईच्छाशक्ती, आनंदी मनोवस्था आणि सकारात्मक दृष्टिकोन

कोणतोही गोष्ट शिकताना जर आपली ती गोष्ट शिकण्याची जबरदस्त ईच्छाशक्ती असेल, ती शिकताना आपण आनंदात असू आणि त्या गोष्टीच्या शिकण्याकडे आपण

सकारात्मक दृीने बघत असू तर ती गोष्ट लवकर शिकता येते.

## समाधान

आपण जे शिकत आहोत ते जर आपल्याला योग्य प्रकारे आणि पटकन् समजलं तर मनाला एक अनोखं समाधान लाभतं. समाधानी मेंदू कोणतोही नवी गोष्ट लवकर आत्मसात करतो.

## प्रेरणा

काहीही शिकण्याची ऊर्मी किंवा प्रेरणा आपल्याला आतून मिळत असते. शिकत असलेल्या गोष्टीत यश मिळालं की, आणखी शिकण्याची ईच्छा तयार होते. इतरांच्या यशातून आपल्याला यश मिळविण्याची प्रेरणा मिळत असते. आपल्यालाही त्यांच्यासारखं जमेल ही भावना वाढीस लागून त्या दृष्टीने प्रयत्न केले जातात.

## प्रोत्साहन

एखाद्या गोष्टीतील यशामुळे उत्साह वाढतो आणि आणखी चांगलं यश मिळविण्याचं प्रोत्साहन. इतरांच्या यशातून प्रेरणा मिळते आणि आपणही तशाच प्रकारे प्रयत्न करायला हवेत असं प्रकर्षानं जाणवू लागतं.

## सराव आणि उजळणी

कोणत्याही विषयातल्या यशासाठी सराव आणि उजळणी महत्त्वाची ठरते. एखाद्या

भाषेवर प्रभुत्व मिळविण्यासाठी तिच्या व्याकरणाचा, उदाहरणाचा, वाक्य निर्मितीचा सराव आणि वारंवार केलेली उजळणी महत्त्वाची असते. ज्यांना इंग्रजी संभाषण करण्याबद्दल संकोच, धास्ती वाटते त्यांच्यासाठी हा मुद्दा महत्त्वाचा आहे. याशिवाय मोठ्यांदा वाचन आणि इतरांशी संभाषणाचा सराव केल्यास भाषेवर लवकर पकड घेता येते.

## आव्हानांना खंबीरपणाने सामोरे जा

कोणतीही नवी गोष्ट शिकायची म्हणजे सुरवातीला अडचणी या येणारच मात्र, त्यामुळे हताश न होता त्यांना खंबीरपणानं सामोरे जा. ही नवी गोष्ट कदाचित तुमच्या दैनंदिन जीवनाला बदलवून टाकणारी असू शकते. कदाचीत जीवनशैलीत बदल घडण्याची किंवा एकूणच विचारसरणीवर परिणाम होण्याची शकयता असते मात्र या सर्व बदलांसाठी स्वतःला तयार ठेवलं पाहिजे. आळस झटकावा लागणार असेल, नवे बदल सहजी न स्वीकारण्याच्या मानसिकेतत बदल करावा लागणार असेल, आहार–दिनचर्या यात बदल करावा लागणार असेल कदाचित वेळ किंवा आर्थिक टंचाई भासण्याच्या शकयता असतात. अनेकांना याचा 'फोबिया' असतो मात्र विचारपूर्वक आखणी करून प्रयत्न केले तर नवा बदल स्वीकारणं शकय होतं.

## सतर्क आणि सजग रहाणे

कोणतीही गोष्ट करताना सतर्क आणि सजग राहिलं तर अनेक नव्या संधी आपल्याला उपलब्ध होतात. आपल्या अंगात अनेक कौशल्यं असतात मात्र आपण सतर्क आणि सजग नसल्यानं संधींपासून वंचित रहावं लागतं. म्हणूनच नेहमी नव्या कल्पनांसाठी तयार रहायला हवं त्याचप्रमाणे मिळणाऱ्या संधीसाठी काही शिकण्याची गरज असेल तर ते शिकण्याची वृत्ती ठेवायला हवी.

**विशेष महत्त्वाचंः** हे प्रकरण आजच्या दिवसात किमान दोन ते तीनवेळा वाचून काढा. दोन वाचनांच्यामध्ये किमान चार तासांचं अंतर राखा. यामुळे तुमची मानसिक तयारी पक्की होईल, प्रेरणा मिळेल आणि मेमरी इम्प्रुव्हमेंट प्रोग्रॅम अधिक चांगल्या प्रकारे तुम्ही आत्मसात करू शकाल.

दि
व
स
5

# निरीक्षणशक्तीचा विकास– भाग 1

निरीक्षणशक्तीचं महत्त्व म्हणजे यामुळे मीमांसा करण्याची सवय लागते, एखादी गोष्ट उत्तमप्रकारे शिकण्याची ही पहिली पायरी आहे. आता उत्तम निरीक्षणशक्ती म्हणजे काय? तर कोणत्याही गोष्टीकडे सूक्ष्मतेनं पहाणं आणि त्यावर विचार करणं. हे ऐकायला जितकं कठीण वाटतंय तितकं आचरणात आणायला अजिबातच नाही.

एक सोपं उदाहरण पाहू–

| | | | |
|---|---|---|---|
| A | HONESTY IS THE BEST POLICY | B | HONESTY IS THE BEST POLICY |
| C | HONESTY IS THE THE BEST POLICY | D | ONESTY IS THE BEST POLECY |

वरीलपैकी एकच पर्याय अचूक आहे उर्वरित प्रत्येक पर्यायात एक चूक आहे. यापैकी कोणता पर्याय अचूक आहे आणि उर्वरित काय चुका आहेत हे काळजीपूर्वक वाचून शोधा. तुमचं उत्तर बरोबर आहे कां हे तुमच्या पालकांना किंवा शिक्षकांना विचारून पडताळून पहा. ज्यांचं निरीक्षण अचूक असतं त्यांच्या चुकाही कमी होतात. उत्तम निरीक्षणशक्ती ही हुशारी मिळवून देणारी असते आणि हुशारी ही चीरकाल टिकणारी असते. निरीक्षणशक्ती चांगली असणाऱ्या व्यक्ती त्यांच्या–इतरांच्या अनुभवातून आणि चुकांमधून शिकत असतात. मानसशास्त्रज्ञांच्या मतेही निरीक्षणशक्ती चांगली असणाऱ्यांची स्मरणशक्ती चांगली असते. अशा व्यक्ती कोणतीही नवी गोष्ट इतरांच्या तुलनेत चटकन् शिकतात आणि ती त्यांच्या नेहमी लक्षातही रहाते. निरीक्षणशक्ती वाढविण्याचं तंत्र अवगत करण्यापूर्वी खालील गोष्टींची उजळणी करा–

**आजची तारीख :** / / /
(कृपया पेन्सिलनं लिहावे)

- चांगल्या दर्जाच्या हेरकथा वाचायला सुरवात करा. त्याचप्रमाणे शोधकथा, तपासकथा, सस्पेन्स असणारे उत्तमोत्तम चित्रपट पहा. यामुळे एखाद्या गोष्टीकडे बारकाईनं पहाण्याची, घटनाक्रम लक्षात ठेवण्याची आणि एका घटनेचा दुसऱ्या घटनेशी संबंध लावण्याची सवय आपोआप लागते. रोजच्या जगण्यातही ही सावध सजगता यामुळे मिळते.
- जगात पूर्वी लागलेले आणि सतत लागत असणारे शोध याबाबत माहिती घेत रहा. यासाठी थोडी मेहनत घ्यावी लागेल. ही माहिती विविध ठिकाणांहून मिळवावी लागेल.
- शाळा, महाविद्यालय किंवा तुम्ही नोकरी करता ते ठिकाण, कोठेही एखादं संशोधनात्मक काम असेल तर त्यात आवर्जून सहभागी व्हा. यामुळे एखाद्या गोष्टीपर्यंत पोहोचण्यासाठी क्रमवार पद्धत शिकता येते.

**विशेष महत्त्वाचंः** गुप्तहेर, तपासकथा आणि चित्रपट आवर्जून पहा. अलिकडे टिव्हीवर मालिकांच्या स्वरूपातही बरेच शो सुरू आहेत. पूर्वी अशा साच्याचे दर्जेदार चित्रपट अनेक भाषांमध्ये बनले आहेत, ते आवर्जून पहा, कारण यामुळे तपास करणारे कसा तपास करतात आणि एखाद्या अगदी क्षुल्लक गोष्टीकडेही दुर्लक्ष करत नाहीत आणि एखाद्या छोट्याश्या गोष्टीवरूनही सेकंदात तर्क तयार करतात, हे समजेल. निरीक्षणशक्ती वाढविताना नेमकं हेच करायचं असतं. छोट्या छोट्या गोष्टीही तपशिलानं लक्षात ठेवायच्या असतात.

**दिवस 6**

## निरीक्षणशक्तीचा विकास – भाग 2

या प्रकरणात आपण निरीक्षणशक्ती वाढविण्याचं तंत्र शिकणार आहोत. यासाठी तुम्ही एक स्वतंत्र डायरी घालायची आहे आणि या डायरीत किमान एका महिन्यासाठी नोंदी तारखेनिशी नोंदवायच्या आहेत. रोज रात्री झोपण्यापूर्वी तुम्ही हे करू शकाल. हे करताना दोन नियम पक्के लक्षात ठेवा, सर्वात पहिला आणि महत्त्वाचा म्हणजे एकदा लिहिलेलं अजिबात खोडायचं नाही आणि दुसरा म्हणजे हे काम चिकाटीनं करायचं, अर्ध्यात सोडून द्यायचं नाही–

1– सकाळी किती वाजता उठला = ..................
2– किती वाजता आंघोळ केली = ..................
3– किती वाजता नाष्टा केला = ..................
4– नाष्ट्यामध्ये काय खाल्लं = ..................
4– आज कोणता ड्रेस घातला होता = ..................
6– त्या ड्रेसचा नेमका रंग कोणता होता = ..................
7– तुम्हाला त्या ड्रेसमध्ये आरामदायक वाटत होतं का? = हो / नाही / बऱ्यापैकी
8– आज तुम्ही जास्त आत्मविश्वासपूर्वक वावरलात का? = ..................
9– की तुम्हाला आज अजिबात उत्साह वाटत नव्हता, कंटाळवाणं वाटत होतं? = ..................
10– आज इतरांनी तुम्हाला काय शेरा दिला = उत्तम / ठीक / ठीक-ठाक
11– आज तुम्हाला तुम्ही केलेली कोणती गोष्ट खूप आवडली? = ..................
12– आज तुम्हाला तुमची स्वतःची कोणती गोष्ट आवडली नाही? = ..................

**विशेष महत्त्वाचं:** किमान सहा महिने तरी अशा प्रकारच्या नोंदी नियमितपणे करा. यामुळे तुमची निरीक्षणशक्ती वाढणार आहे. हळूहळू इतरजण तुमच्याबाबत काय विचार करतात हेदेखील तुमच्या लक्षात येऊ लागेल.

आजची तारीख : / /
(कृपया पेन्सिलनं लिहावे)

दिवस 7

# सराव –1

आत्तापर्यंतची सर्व प्रकरणं आणि त्यात सांगितलेली तंत्रं तुम्ही काळजीपूर्वक वाचली असतील आणि त्याचा योग्य तो सरावही नियमीत केला असेल अशी अशा आहे. या तंत्रामुळे एव्हाना तुम्हाला अधिक आत्मविश्वासपूर्ण आणि आनंदी वाटायला लागलं असेल अशी आशा आहे. या प्रकरणात आपण यापूर्वीच्याच प्रकरणातली तंत्रं आणि व्यायाम यांचा पुन्हा एकदा सराव करणार आहोत. उजळणी असली तरीही ती टाळून पुढे जाऊ नका कारण या सराव सत्रामुळे तुम्हाला सर्व तंत्रं नेमकी कशा प्रकारे समजली आहेत आणि काही कमतरता राहिलेली आहेकां, हे पडताळता येणार आहे.

## तर्क करा, त्याची सवय लावून घ्या

या तंत्रामुळे तुम्हाला जुन्याच गोष्टींकडे नव्यानं पहाण्याचा दृष्टिकोन लाभणार आहे. तर्क करणं हा मेंदूसाठी आणि स्मरणशक्ती बळकट करण्यासाठी उत्तम व्यायाम आहे.

- यासाठी आपण केलेला पहिला व्यायाम होता, डोळे बंद करून खोलीतल्या गोष्टी स्पर्श करून तपशिलानं ओळखणं
- डब्यात सुटी नाणी ठेवून मग ती पसरवून स्पर्शानं त्यांना ओळखणं.
- डोळे बंद करून आंघोळ करणं आणि नेहमीच्याच साध्या क्रिया डोळे झाकून करताना फरक वाटतोय कां याचं निरीक्षण नोंदविणं.
- डोळे बंद करून वाहनांचे आवाज काळजीपूर्वक ऐकणं आणि कशाचे आहेत, किती दुरून, कोणत्या दिशेनं येत आहेत हे ओळखणं त्याचप्रमाणे ताटामध्ये कोणता पदार्थ वाढला जात आहे हे वासावरून ओळखणं.

## दुसऱ्या हाताचा वापर करा

- नेहमी जो हात वापरता त्याच्या विरूद्ध हात वापरून त्याच नेहमीच्या क्रिया निराकया वाटतात कां हे तपासणे.
- टेबल टेनिससारखे खेळ दुसऱ्या हातानं खेळणे.
- जेवण जेवताना, कॉम्प्युटर चालविताना, चित्रं चितारताना

**आजची तारीख :** / / /
(कृपया पेन्सिलनं लिहावे)

दुसऱ्या हाताचा वापर करणे.

- कॉम्प्युटर किंवा टिव्ही आणि रिमोट दुसऱ्या हातानं वापरणे.
- केस विचरणं, दात घासणं हे दुसऱ्या हातानं करणे.
- बाईकला किक मारणे किंवा किल्ली दुसऱ्या हातानं लावणे.

## विचारांना वेगळी दिशा द्या

आऊट ऑफ बॉक्स थिंकींगसाठी हे तंत्र महत्त्वाचं आहे. एखाद्या गोष्टीपर्यंत पोहोचताना नेहमीपेक्षा निराळ्या पध्दतीनं विचार करता येतो का हे पडताळणे आणि त्यादृीनं प्रयत्न करणे.

- गणित, भाषा, शास्त्र या संदर्भातील कोडी सोडविणे.
- गाणं, वादन, नृत्य, चित्रकला, वाचन यांसारखा एखादा नवा छंद जोपासणे.
- निसर्गातील पानं, फुलं, किडे, झाडं यासारख्या गोींचं बारकाईनं निरीक्षण करणे.
- आकडे उलट्या क्रमानं म्हणणे. क्रमाक्रमानं यांची संख्या वाढवत नेणे.
- सुरवातीला बघून आकडे मोजा आणि नंतर न बघता म्हणा. सुरवातीला एक ते दहा मग दहा ते वीस, नंतर वीस ते तीस अशा क्रमानं आकडे वाढवत जा.
- एखाद्या आवडत्या कलाकाराच्या लकबींची, बोलण्याच्या पद्धतीची नक्कल करण्याचा प्रयत्न करणे.
- बास्केटबॉल किंवा कोणताही बॉल निराळ्या पद्धतीनं मैदानावर, हवेत अथवा रॅकेटनं ड्रिबलिंग करता येतो का पहा.

**विशेष महत्त्वाचंः** यापैकी कोणता व्यायाम करताना तुम्हाला सर्वात जास्त मजा वाटली, कोणतं तंत्र शिकताना तुम्ही मनापासून ते एन्जॉयही केलंत त्यासमोर पेन्सिलनं खूण करा.

दिवस 8

# निरीक्षणशक्तीचा विकास– भाग 3

निरीक्षणशक्ती सुधारण्यासाठी पुढे दिलेल्या कोणत्याही एखाद्या तंत्रानं सुरवात करा.

- खोलीतील रिकाम्या भिंतीकडे तोंड करून बसा आणि नंतर कागदावर त्या खोलीतली प्रत्येक गोष्ट नोंदवायला सुरवात करा. याचा क्रम वरून खाली असावा. म्हणजे छतावरच्या पंख्यापासून सुरू करून फरशीवरच्या गालिच्यापर्यंत या. सर्व गोष्टी टिपून झाल्या की, त्या अचूकतेच्या किती जवळ आहेत हे तपासून बघा.
- आता हेच तुम्ही एखाद्या सार्वजनिक ठिकाणी, संग्रहालयात जाता त्याळेसही करा. हॉटेल, रेल्वेस्थानक, चित्रपटगृह कोठेही गेल्यावर अशा प्रकारे तपशोल नोंदविताना तुमच्या लक्षात येईल की आपल्या आजूबाजूची माणसं किती वेगवेगळ्या पद्धतीनं विचार करतात.
- अशाचप्रकारे तुम्ही शेजाऱ्यांकडे, नातेवाईकांकडे, परिचितांकडे जाऊन आल्यावर त्यांच्या घरातले तपशील नोंदवा. यामुळे एखाद्या गोष्टीकडे तुम्ही किती कमी वेळात पाहून त्याबाबतचे तपशिल लक्षात ठेवता हे लक्षात येईल आणि कोणतीही गोष्ट कमीतकमी वेळात लक्षात ठेवण्याची सवय लागेल. अर्थात हे तपशिल केवळ तुमची स्मरणशक्ती तपासण्यासाठी असल्यानं या नोंदी नंतर फाडून टाकल्या तरीही चालतील.
- पर्यटनाच्यानिमित्तानं एखाद्या नव्या शहराला, देशाला भेट देत असाल तर तिथल्या लोकांकडे बारकाईनं पहा. त्यांचे पेहराव, भाषा, रहाणीमान यांचे तपशील बारकाईनं नोंदवा.

**आजची तारीख :** / / /
(कृपया पेन्सिलनं लिहावे)

**विशेष महत्त्वाचं:** आजच्या दिवसासाठी इतकंच पुरेसं आहे. सोपं आणि सहज असं हे तंत्र थोडसं वेळ खाणारं आणि कधी नोंदी टिपताना कंटाळवाणं वाटणं सहाजिकच आहे मात्र पुढच्या पायरीवर जाण्यासाठी हे गरजेचं आहे. म्हणून न कंटाळता सुरवात करा आणि चिकाटीनं करत रहा.

दिवस 9

# निरीक्षणशक्तीचा विकास–भाग 4

या प्रकरणात आपण ज्या तंत्रांची चर्चा करणार आहोत त्यामुळे आजूबाजूच्या गोष्टींबाबतची तपशिलात निरीक्षण करण्याची सवय लागणार आहे.

- तुम्ही रहाता त्या घराला, शाळेतल्या वर्गापर्यंत, ऑफिससाठी चढाव्या लागणाऱ्या पायऱ्या किती आहेत हे मोजा आणि त्या कशाप्रकारे विभागल्या गेलेल्या आहेत याचं निरीक्षण करा.
- या पायऱ्या तुम्ही मोजल्यात कधी? नसतील तर त्या मोजायला सुरवात करा. जिथे जाल तिथला पायऱ्या मोजा. यामुळे तुमची निरीक्षणशक्ती वाढणार आहे आणि स्मरणशक्ती तल्लख होण्यास मदत होणार आहे.
- दिवसभरातली नेहमीची कामं करण्यासाठी तुम्हाला साधारण किती वेळ लागतो याचं निरीक्षण करा. रोज तितकयाच वेळात कामं होतात का हे तपासा, एखाद्या दिवशी त्यात विलंब होत असेल तर तो किती होईल याचा अंदाज बांधून त्यानंतर तो पडताळून पहा.
- तुमची कमाई आणि खर्च यांचा ताळेबंद लिहिण्याची सवय लावून घ्या. गरजेपोटी आणि रंजनापोटी किती खर्च होतो हे तपासा.
- जवळच्या बसस्टॉपपर्यंत पायी चालत जाण्यासाठी किंवा कारमधून विशिष्ट ठिकाणी जाण्यासाठी किती वेळ लागतो याचं निरीक्षण करा.
- घरात असताना, बाहेर फिरायला जातान, चित्रपट बघण्यासाठी बाहेर पडताना, पार्टीसाठी जाताना, बागेत फेरफटका मारायला जाण्यासाठी, शाळा–ऑफीससाठी आवरताना किती वेळ लागतो याच्या नोंदी टिपा.
- याच क्रमानं कुटुंबातील इतर व्यक्तींना आवरण्यासाठी किती

**आजची तारीख :** / / /
(कृपया पेन्सिलनं लिहावे)

वेळ लागतो ते पहा.

- डोळे मिटून खोलीतील एखाद्या विशिष्ट वस्तूला हात लावा.
- हुदयाचे ठोके मोजा– सकाळी उठल्या उठल्या, शाळेला–ऑफिसला जाण्यापूर्वी आणि आल्यानंतर झोपण्यापूर्वी, बाहेरून आल्यानंतर हुदयाचे ठोके किती असतात, त्यात कसे बदल होतात,कोणत्या वेळेस ते जलद असतात तर कोणत्यावेळेस नियमीत असतात यांची निरीक्षणं नोंदवा.

**विशेष महत्त्वाचं :** सुरवातीला हे सगळं करताना जरा अजब वाटेल, संकोचल्यासारखं वाटेल किंवा याचा काहीएक फायदा होणार नाही असंही वाटेल मात्र भविष्याचा विचार करता हे खूप महत्त्वाचं आहे.

या सगळ्याचा एक संबंध वेळेच्या नियोजनाशीही आहे. विशिष्ट गोष्टीसाठी तुम्हाला किती वेळ लागतो हे एकदा लक्षात आल्यानंतर त्यासाठी लागणारा अतिरीक्त वेळ टाळून वेळेचं अचूक नियोजन करता येईल.

दिवस 10

# कल्पनाशक्तीचा विकास– भाग 1

कल्पनाशक्ती म्हणजे काय? तर अस्तित्वातच नसलेल्या गोष्टीबद्दल विचार करणे. एखाद्या गोष्टीचा समोर दिसत आहे त्याहून निराळ्या पद्धतीनं विचार करणे म्हणजे कल्पना करणे. ज्या व्यक्तींची कल्पनाशक्ती उत्तम असते त्यांचा मेंदू पोषक विचारांनी भरलेला असतो. आदर्श कल्पनाशक्तीचा पाया आहे, उत्तम निरीक्षणशक्ती. प्रारंभीच्या प्रकरणात आपण ओझरता ज्याचा उल्लेख केला ते मेडिटेशन आणि सुप्तावस्थेतला मेंदू यांचा याठिकाणी संबंध आहे. ज्याचा सुप्तावस्थेतला मेंदू आणि त्यातले विचार चांगले त्याची कल्पनाशक्तीही चांगली आणि सुप्तावस्थेतील मेंदूला सकारात्मक विचारांच्या मार्गावर ठेवण्याचं काम मेडिटेशन करतं.

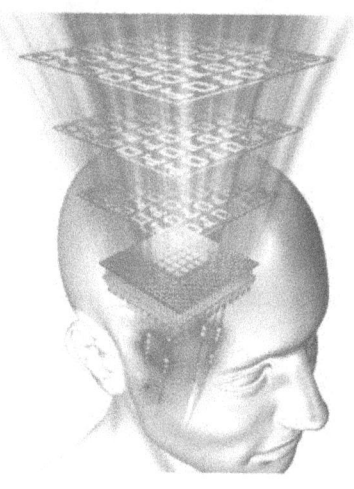

कोणत्याही क्षेत्रात कळस गाठलेल्या व्यक्तींचं निरीक्षण केलं तर तुमच्या लक्षात येईल की या सर्वांची निरीक्षणशक्ती उत्तम आहे, एखाद्या गोष्टोवर लक्ष केंद्रित करून एकाग्रतेनं–चिकाटीनं काम करण्याची त्यांची वृत्ती आहे शिवाय उत्तम स्मरणशक्ती आहे. या यशामागचं कारण हे आहे की यशाच्या या प्रवासाला सुरवात करण्यापूर्वीच सुप्तावस्थेतील मेंदूनं प्रवास आणि ठिकाण निष्चित केलेलं असतं. ध्येय काय आहे हे स्पष्ट असल्यानं या व्यक्तींचे प्रयत्नही त्याच दिशेनं होत रहातात. या प्रयत्नात कमतरता, उणीव राहिली तर या व्यक्ती पुन्हा चिकाटीनं आणि नव्यानं प्रयत्न करत रहातात. कल्पनाशक्तीचा अभाव असेल तर नवनवीन ध्येयं आणि ती साध्य करणं केवळ अशकय आहे.

कल्पनाशक्तीचंच एक अंग म्हणजे 'व्हिज्युअलायझेशन'. मनानं कल्पना केलेलं चित्र चितारणं आणि कल्पना सत्यात आली तर कशी दिसेल हे पडताळणं म्हणजे व्हिज्युअलायझेशन करणं. आपल्या ध्येयाचं अशा प्रकारे प्रामाणिकपणे चित्र रेखाटणं

**आजची तारीख :** / / /
(कृपया पेन्सिलनं लिहावे)

खूप महत्त्वाचं आहे. अशा प्रकारे व्हिज्युअलायझेशन करणं हे महत्त्वाचंही आहे कारण यामुळे या ध्येयप्राप्तीच्या प्रवासातले अडथळे, कष्ट यांचा त्रास होत नाही. उदाहरण ार्थ एखाद्या खेळाडूचं पहिल्या क्रमांकावर पोहोचण्याचं ध्येय असेल तर त्यासाठी त्याला काराव्या लागणाऱ्या कष्टांचा त्याला त्रास होत नाही.

सुप्तावस्थेतील स्तरावर व्हिज्युअलायझेशनची क्रिया होते जी ध्येयाकडे जाण्याचा एक रेटा देत रहाते. मनाला कष्ट आणि प्रयत्न घेण्याची बळकटी देत रहाते. अर्थात याला एक नकारात्मक बाजूही आहे. कल्पनाविश्वातही डोळसपणानं वावरणं ज्यांना जमत नाही अशांसाठी या प्रकाराच्या कल्पनाशक्ती या म्हणजे एक प्रकारच्या दिवास्वप्नासारख्या असतात, पोकळ आणि अर्थहीन. अनेकजण अजून नजरेच्याही टप्प्यात नसलेल्या ध्येयप्राप्तीच्या धुरळ्यात हरवून जातात. यश मिळालं म्हणून प्रवास सुरू करण्यापूर्वीच आनंदोत्सव साजरा करतात. या व्यक्ती इतरांहून स्वतःला निराळ्या आणि महान समजायला लागतात आणि स्वतःचंच नुकसान करून घेतात.

मनात जेंव्हा जेंव्हा नव्या आणि चांगल्या कल्पना येतात त्यावेळेस खूप आनंदी आणि सकारात्मक भावना तयार होतात. मात्र ज्या वेळेस एखादी नकारात्मक भावना किंवा वाईट अनुभव पदराशी येतो त्यावेळेस मात्र एकटेपणा वाटायला लागतो.

बऱ्याचदा कल्पना या अगदीच विचित्र आणि अर्थहीन असतात. वास्तविक जगाशी या कल्पनांचं काहीएक देणं घेणं नसतं. कल्पना या प्रत्येक व्यक्तिगणिक बदलत जातात एखाद्या गोष्टीची दहा व्यक्ती विविधप्रकारांनी कल्पना करतात कारण त्यात त्यांचे गतकाळातले अनुभवही असतात. म्हणून एखाद्या कल्पनेला अगदीच टाकाऊ म्हणता येणार नाही. मात्र तर्काच्या कसोटयांवर त्या तपासल्या पाहिजेत.

आपल्या गरजा आणि आकांक्षाही आपल्याला इतरांपेक्षा अगदी वेगळा म्हणजे 'आऊट ऑफ बॉक्स' विचार करणं भाग पाडतात. तुम्हाला प्रसिध्द वाक्प्रचार माहीतच असेल, 'गरज ही शोधांची जननी असते'. अर्थात हे सत्य आणि वास्तवही आहे. आपल्या गरजाच असतात ज्या आपल्याला वेगळ्या दिशेनं विचार करायला लावतात. ज्याला गरज असते तो सतत नवनव्या कल्पनांच्या मागे धावत असतो. सृजनप्रिय व्यक्ती त्यांच्या कल्पनांना सतत कविता, कथा, चित्रं या माध्यमातून व्यक्त

करताना दिसतात. त्यांचे मनोव्यापार त्यांच्या कलाकृतीतून व्यक्त होत असतात.

या कल्पनेतल्या मनोऱ्यांमुळेच आजचं आधुनिक विश्व साकारलं गेलं आहे. आता तुम्ही आजूबाजूला नजर टाकून आधुनिक जगानं दळवळणाच्या क्षेत्रात कोणते शोध लावले आणि काय काय साधलं हे नोंदवा. कोणाच्यातरी कल्पनाशक्तीमुळेच आज सामान्य वाटणारे मात्र आष्चर्यकारक शोध लागले आहेत–

- कार, बस, विमान, रेल्वे अशासारखी वाहनं एकाचवेळेस अनेक प्रवासी वाहून नेतात.
- बस, रेल्वेमध्ये बर्थ बनविले गेले त्याचप्रमाणे बसमध्ये ड्बल डेकर बस आल्या यामुळे प्रवासी नेण्याची क्षमता वाढली.
- रॉकेटमुळे मानवाला थेट अंतराळात जाता आलं.
- मेट्रो ट्रेन शहरातल्या दळणवळणाचा आणि रहदारीचा एक भाग बनल्या.
- कारखान्यांतून ,कार्यालयातून वेळेच्या सोयीनुसार शिफ्टमध्ये कामं होऊ लागली आणि टाईम पंचिंग मशिनमधून करण्याची पध्दत आली.
- प्राणीसंग्रहालयांमुळे भयंकर हिंस्त्र आणि जंगली प्राणी बघण्याची संधी उपलब्ध झाली.
- काडेपेटी, लायटर अशांसारखी साधनं स्वयंपाकघरात वापरली जाऊ लागली.
- पेन्सिल, शाईचं पेन, बॉलपॉईंट पेन, जेलपेन, खोडरबर, गिरमीट अशांसारख्या साधनांमुळे लिखाणकामातील प्रगती साधता आली.
- शाळांमधून फळा आणि खडू यांचा वापर सुरू झाला.
- आज टेलिव्हिजन किंवा रेडिओसारखी मनोरंजनाची साधनं घरबसल्या रंजन करत आहेत.
- रेफ्रिजिरेटरच्या शोधामुळे भाज्या, फळं, मसाले दीर्घकाळ चांगल्या स्थितीत ठेवणं शकय झालं.
- शेकडो मैल दूर चालू असणारी एखादी मॅच घरबसल्या रेडिओवर थेट प्रक्षेपणातून ऐकणं आणि टेलिव्हिजन, इंटरनेटमुळे पहाणं शकय झालं.
- ऊसाच्या टाकावू घटकातून, इथेनॉलमधून एक प्रकारची ऊर्जा प्राप्त केली गेली.

याव्यतिरीक्त इतर क्षेत्रातही आणखी काय काय शोध लागले आणि प्राथमिक शोधांत नवे बदल काय काय घडत गेले याची माहिती मिळवा.

**विशेष महत्त्वाचं**: हे प्रकरण कमीत कमी दोन ते तीन वेळा चार तासांच्या अंतरानं वाचा. या प्रकरणाच्या उजळणीमुळे नव्या कल्पनांचं महत्त्व तुम्हाला पटेल आणि कल्पनाशक्तीचं महत्त्व लक्षात येऊन अशा व्यक्तींबद्दल, त्यांच्या कामाबाबत आदर निर्माण होईत्त्व.

दिवस 11

# कल्पनाशक्तीचा विकास भाग2

कल्पनाशक्तीचा विकास करणं ही खुबीनं करण्याची गोष्ट आहे. मुळात कल्पनाशक्तीचा विकास करण्यासाठी कल्पना करणं म्हणजे काय हे शिकायला हवं. सुरवातीला हे करताना जरा विचित्र आणि संकोचल्यासारखं वाटेल मात्र कालांतरानं सरावाचं होईल. यासाठीची काही सोपी तंत्रं आज आपण शिकणार आहोत.

- पुरूषमंडळींसाठी–तुमच्या बघण्यातल्या एखाद्या कर्तबगार, हुशार, कुटुंबाची योग्य पध्दतीनं काळजी घेणाऱ्या, उत्तम कमाई करणाऱ्या, कमाईचा योग्य पद्धतीनं विनियोग करणाऱ्या आणि यशस्वी, रूबाबदार पुरूषासारखं तुम्हाला बनायचं आहे असं मनातल्या मनात ठरवा आणि तुम्ही त्याच्यासारखे बनला आहात अशी सतत कल्पना मनात करत रहा. हळू हळू तुम्ही त्याच्या सर्व चांगल्या गोष्टी आत्मसात करत आहात असं चित्र मनाशी घोळवत रहा. थोडयाच दिवसात तुम्हाला तुमचा आत्मविश्वास वाढल्याचं लक्षात येईल.
- महिलांसाठी– पुरूषांप्रमाणेच तुम्हीही तुमच्या बघण्यातील, परिचयातील एखादी टापटिपीत रहाणारी, कुटुंबाची जबाबदारी वाहणारी, चटपटीत, कर्तबगार स्त्री नजरेसमोर ठेवून तिच्यासारखं बनण्याचं ठरवा. काही दिवसांनी तुम्हालाही आत्मविश्वास आल्याचं जाणवू लागेल.
- एखाद्या दिवशी अगदी थकल्यासारखं, कंटाळवाणं वाटायला लागतं. कामाचा उत्साह सरलेला असतो अशावेळेस काय करायचं? तर आवडीचा एखादा चित्रपट आठवून त्याच्याबद्दल विचार करायचा किंवा आवडत्या खेळाचा विचार करायचा. एखाद्या कर्तबागार व्यक्तीबद्दलचे विचार मनात घोळवायचे. आता तुम्हीही त्या व्यक्तीसारखेच किर्तीमान, यशस्वी बनला आहात असं चित्र मनाशी रेखाटायचं. यामुळे जादूची कांडी फिरवल्याप्रमाणे तुम्हाला अंगात उत्साह संचारल्याचं जाणवेल.
- कंटाळा आणि आळस झटकण्याचा आणखी एक सोपा उपाय म्हणजे आवडीच्या गाण्याची धून ऐकणे किंवा चक्क लहानपणी आवडीचं असणारं एखादं बडबडगीत ऐकणं आणि त्याला एखादी नवी चाल देता येतेय का ते पहाणं.

**आजची तारीख :** / / /
(कृपया पेन्सिलनं लिहावे)

- एखादा नवा पदार्थ करून बघा अथवा जुनाच पदार्थ एखाद्या नव्या पध्दतीनं करता येईल का याचा विचार करा. हा पदार्थ चाखताना त्याची मूळ चव आठवतेय का पहा. तुम्ही पूर्वी बनविलेल्या एखाद्या पदार्थाबद्दल तुमची भरभरून तारीफ केलेली असेल तर ती आठवा.
- एखाद्या वाहनाचा विचार करा जे हवेच्या दाबावर चालतं आणि आता सागराच्या खारट पाण्यावर किंवा इतर एखाद्या द्रव पदार्थावर ते चालेले का याचा विचार करा.
- एखादी अशी कार जी जमिनीवर असताना चालेल, पाण्यावर तरंगेल आणि हवेत उडेल, बनविता येईल का याचा विचार करा.
- एखादं असं अंतराळयान बनविता येईल का, ज्यातून अधिकाधिक प्रवासी कमीत कमी वेळेत चंद्रावर नेता येतील.
- गाडीच्या इंजिनाच्या उष्णतेनं रस्त्यांवर साठलेलं बर्फ आपोआप वितळवून रस्ता रहदारीयोग्य बनविता येईल का
- असं एखादं जीवनरक्षक जॅकेट जे आकारानं मोठं मात्र वजनानं हलकं असेल आणि ते घातल्यानं पूरग्रस्तांना अधिकाधिक फायदा होईल.
- मोबाईल, टेलिफोन, रिमोट आणि त्यांच्या बॅटऱ्या यांचा निराळ्या पध्दतीनं वापर करता येईल का
- कपडे, चपला त्याचप्रमाणे कागद वगैरेंना 'रिसायकल' करता येईल का
- त्याचप्रमाणे ऊर्जाबचत आणि तिचा कमीत कमी वापर यावरही विचार करा
- आजूबाजूला असणाऱ्या गोष्टींत काही बदल करता येतील का याचा विचार करा. एखादी गोष्ट बनविली गेली त्यावेळेस ती बनविणाऱ्याला नेमकी कशापासून प्रेरणा मिळालेली असेल याचा विचार करा.

कधीकधी अगदी मूर्ख वाटू शकतील अशा कल्पनाही डोकावू शकतात मात्र त्यांची चेष्टा करत रहाण्यापेक्षा सतत कल्पना करत रहा. मेंदूला याची सवय लागली पाहिजे.

**विशेष महत्त्वाचंः** तुम्ही अशा कोणताही विचार करता कामा नये ज्याचा इतरांना त्रास होईल किंवा निसर्गाला हानी पोहोचेल. समाजाला त्याचा उपद्रव होता कामा नये, कायद्याचं उलंघन करता कामा नये आणि तुमच्या विचारसरणीवर परिणाम होईल असे नकारात्मक विचार करता कामा नयेत.

दिवस 12

# निर्णयक्षमतेत सुधारणा करणे

आपण एखादा निर्णय घेतो म्हणजे काय? तर योजलेली एखादी गोष्ट पूर्ण करण्याच्या 'ऑर्डर' मेंदूकडून निघणं आणि त्यानुसार कृती घडणं. 'निर्णय घेणं' हा आपल्या आयुष्याचा एक अविभाज्य घटक आहे. सकाळी उठण्याच्या कृतीपासून झोपेपर्यंतच्या कृतीपर्यंत आपण सतत निर्णय घेत असतो.

अनेकदा तर हे निर्णय आपण इतकया सहजतेनं घेत असतो की आपण ते घेत असल्याच्या प्रक्रियेची जाणीवही आपल्याला होत नाही. मेंदूकडून सूचना येते आणि त्याची अंमलबजावणी होण्यास सुरवात होते इतकया सहजतेनं हे सगळं पार पडतं. ढोबळमानानं या निर्णयप्रक्रियेचे तीन भाग पडतात, अल्पकालीन, मध्यमकालीन आणि दीर्घकालीन. अल्पकालीन निर्णय म्हणजे, वाढदिवसाची तयारी करणं, सुट्टीत कोठे फिरायला जायचं आहे हे ठरविणं. मध्यम प्रकारातील निर्णयांत–कोणता छंद निवडावा हे ठरविणं, करियर कोणतं निवडावं किंवा त्यात बदल करायचा असेल तर काय करावा, आहे त्याच नोकरीसाठी एखादा जास्तीचा कोर्स करावा लागणार असेल तर ते ठरविणं इत्यादी. दीर्घकालीन निर्णयांत असे निर्णय येतात ज्यांचा परिणाम तुमच्या पूर्ण आयुष्यावर होणार असतो. उदाहरणार्थ दहावी किंवा बारावीनंतर कोणत्या शाखेत प्रवेश घ्यावा हे ठरविणं, लग्नासाठी जोडीदार निवडणं इत्यादी.

मात्र प्रत्येकासाठी निर्णय घेणं ही खूप सहज प्रक्रिया असत नाही. काहींसाठी

**आजची तारीख :** / / /
(कृपया पेन्सिलने लिहावे)

छोटे छोटे निर्णय घेणं देखिल जिकीरीचं असतं. आपण घेतलेला निर्णय बरोबर तर असेल ना, याची खात्री न वाटणं, काही गोंधळ असणं यामुळे त्यांना निर्णयापर्यंत लवकर पोहोचता येत नाही. आयुष्यावर परिणाम करणारी दीर्घ गटातले निर्णय तर सोडाच पण छोटे छोटे निर्णय घेतानाही त्यांना गोंधळून जायला होतं.—

- अमूक एखादा ड्रेस घातल्यावर मला आरामदायक तर वाटेल ना, तो घातल्यावर मला अवघडल्यासारखं तर वाटणार नाही ना.
- आज ऑफिसला गाडी घेऊन जावं की बसनं?
- स्वतः अभ्यास करत असलं तरीही जास्त गुण मिळविण्यासाठी कोचिंग क्लासची मदत घ्यावी की नाही? स्वबळावर तयारी पूर्ण होईल का?
- जेवणाआधी सूप प्यावं की कॉफी?
- झोपण्यापूर्वी आंघोळ करण्याची इच्छा तर आहे मात्र पडसंही झालं आहे, आंघोळ करावी की नाही?
- परदेशातील नोकरी स्वीकारताना, तिथे आपल्याला रहायला जमेल का?
- पदवीनंतर मी विधीशाखा निवडावी का?

लहानपणापासूनच ज्यांना आपले छोटे छोटे निर्णय स्वतः घेण्याची सवय असते अशांना मोठेपणीही महत्त्वाचे निर्णय घेताना अडचण येत नाही. कारण त्यांच्या मेंदूला प्रथमपासूनच अशा प्रकारे निर्णय घेण्याची सवय लागलेली असते. या साठी महत्त्वाचा असतो तो म्हणजे, आत्मविश्वास. उच्चाधिकार असणाया व्यक्तिंकडे अशा प्रकारे निर्णय घेण्याची प्रचंड क्षमता असल्याचं आढळतं.

## निर्णयक्षमता वाढविण्याचं तंत्र

- चालू वर्षाची एक पॉकेट डायरी स्वतःजवळ नेहमी बाळगण्याची सवय लावून घ्या.
- तुम्हाला जी कामं करायची आहेत ती त्या त्या दिवसाच्या पानावर टिपून ठेवा. ज्या त्या दिवसाचं काम ज्या त्या दिवशी करण्याची शिस्त आणि सवय लावून घ्या.
- त्या त्या दिवशीचं काम आळस न करता, न कंटाळता त्याच दिवशी केलं पाहिजे

- निर्णय घेण्यापूर्वी चारदा विचार करून मगच निर्णय घ्या कारण तुम्ही घेणार असलेला निर्णय सर्व बाजूंनी योग्य असल्याची खात्री असेल तरच तुम्हाला तुमच्या ध्येयापर्यंत सहजपणानं जाता येतं.
- महत्त्वाचा निर्णय घेण्यापूर्वी गरज भासल्यास व्यावसायिक मदत घ्या. उदाहरणार्थ वकील किंवा डॉक्टर.
- महत्त्वाचा निर्णय घेण्यापूर्वी त्यासंदर्भातली सर्वमाहिती जर तुम्ही मिळवली तर योग्य निर्णय घेण्यास मदत होईल.
- पूर्वी अशाच प्रकारचा निर्णय घेताना ज्या अडचणी आल्या होत्या त्यांचा जरूर विचार करा.
- या समस्यांना निराळ्या पध्दतीनं हाताळणं शकय होतं का याचा विचार करा. अशा पध्दतीनं केलेला विचार हा आष्चर्यकारक परिणाम दाखविणारा असतो.
- एखादी समस्या उद्‌भवल्यानंतर तिचा बारकाईनं विचार करा, तिच्या मुळाशी जाऊन तुम्हाला नेमका कशाचा त्रास होतोय हे जाणून घ्या. यामुळे समस्येवरचं समाधान अचूक मिळण्याच्या शकयता असतात.
- महत्त्वाचा निर्णय घेण्यापूर्वी एका कागदावर त्यासंदर्भातल्या गोष्टी चक्क लिहून काढा. म्हणजे काय उपलब्धता आहे आणि काय नाही हे समजण्यास सोपे होते आणि जास्तीचा तणाव येत नाही.
- सर्वात महत्त्वाचं म्हणजे निर्णय घेताना खूप चिंता करू नका. तणावात कोणताही योग्य निर्णय घेणं शकय होत नाही.

## सावधगिरीसाठी

- घाई–घाईत निर्णय घेऊ नका
- कधीकधी निर्णय घेणं पुढे ढकलल्यानंदेखिल फायदा होतो त्यामुळे थोडा वेळ घेऊन निर्णय घ्या.
- वेळ कमी आहे म्हणून घाईत निर्णय घेणं टाळा
- इतरांच्या दबावाला बळी पडून निर्णय घेऊ नका.
- कंटाळवाणी, आळसटलेली किंवा दमलेली मनोअवस्था असताना निर्णय घेणं टाळा.
- ज्याबाबतीत निर्णय घ्यायचा आहे त्याचा सर्वंकष विचार केल्याखेरीज निर्णयाप्रत येऊ नका. सर्वबाजूंनी विचार करून खातरजमा केल्यानंतरच निर्णय घ्या

- मद्याच्या अंमलाखाली असताना निर्णय घेऊ नका
- इतर कोणाशी काही बोलत असताना, व्यस्त असताना निर्णय घेणं टाळा.

**विशेष महत्त्वाचं**: हे प्रकरण आजच्या दिवसात तीन ते चारवेळा लक्षपूर्वक वाचा

दि
व
स
13

# एकाग्रता वाढविणे – भाग 1

एकाग्रता म्हणजे काय? तर एखादं काम करताना झोकून देणे, इतर कशाचाही विचार न करता केवळ एखाद्याच गोष्टीकडे लक्ष केंद्रित करणे म्हणजे एकाग्रता. एकाग्रतेचे फायदे नव्यानं सांगायला नकोतच. यामुळे कोणतीही गोष्ट समजण्यास, तिचे आकलन लवकर होण्यास मदत मिळते. अशाप्रकारे आकलन केलेली माहिती गरज पडल्यानंतर अचूकतेनं आठवते. सर्व जिवित प्राण्यांमध्ये मानवाचा मेंदू खूपच शक्तिशाली आहे. म्हणूनच या मेंदूची सर्व शक्ती पणाला लावून जेंव्हा एखादं काम होतं ते अचूक परिणाम साधणारं असतं.

## एकाग्रता वाढविण्याचं तंत्र

- तुम्ही एकटे असता, काही कारणानं रांगेत उभे असता किंवा प्रतिक्षा कक्षात बसलेले असतात त्यावेळेस कसे असता? बहुतेकजण अधीर आणि अस्थिर असतात. अशा वेळेस हळू डोळे मिटून घ्यायचे आणि एक दीर्घ श्वास घेऊन तो हळूवार सोडायचा, असं पाच दहावेळा केलं की अस्थिर–अधीर

**आजची तारीख :** / / /
(कृपया पेन्सिलने लिहावे)

मन स्थिर होतं. एकाग्रता वाढते.

- हिच क्रिया दिवसभरातून अधून मधून करायला हरकत नाही कारण यामुळे मेंदूला थोडा विश्राम मिळतो आणि तो तरतरीत होऊन कामाला लागतो.
- एकाचवेळेस अनेक कामं करूही नका आणि त्यांचा विचारही करू नका. कामांचं नियोजन करून एका वेळेस एक काम व्यवस्थित पार पाडा. त्यानंतरच दुसऱ्या कामाला हात लावा.
- मनाला भटकू देऊ नका. जे काम करत आहात ते अगदी एकाग्रपणाने करा.
- अभ्यास करताना नेहमी टेबल भिंतीकडे तोंड करून असावं आणि ते स्थिर असावं. त्याचप्रमाणे खुर्ची आरामदायक, न डुगडुगणारी असावी. यामुळे अभ्यासातील लक्ष विचलित होत नाही.
- अभ्यास करताना नेमही उत्तम दर्जाचं स्टेशनरी साहित्य वापरा यानंही तुमच्या अभ्यासातला व्यत्यय कमी होतो.
- ज्या विषयाचा अभ्यास करत आहात त्यातली रूची वाढविली तर एकाग्रता वाढण्यास मदत होते.
- एखादी गोष्ट करत असताना किंवा एखाद्या विषयाचा अभ्यास करत असताना तुम्हीच तुमचा त्यातला रस वाढेल असं तंत्र शोधावं लागेल. यासाठी इतरांची मदत आणि मार्गदर्शन घेण्यास हरकत नाही.
- अभ्यास करताना नेहमी हलके आणि आरामदायक कपडेच घालावेत
- आरोग्य सांभाळण्यासाठी दिवसभरातून तीन वेळा भरपेट जेवण्यापेक्षा चार ते पाचवेळा थोडं थोडं खावं. यामुळे शरीर हलकं राहून एकाग्रता वाढण्यास मदत होते.
- खूप जास्त मसालेदार आणि तळलेले पदार्थ खाल्ल्यानं जडपणा येऊन आळसटल्यासारखं वाटतं. असे पदार्थ टाळावेत.
- सकाळी ठरलेल्या वेळेत आंघोळ केल्यानं शरीराला तरतरी येते आणि आराम मिळतो. मन प्रसन्न असल्यानं कामावर लक्ष केंद्रित करता येतं.
- शकयतो नैसर्गिक उजेडातच काम किंवा अभ्यास करा. सतत कृत्रिम उजेड वापरल्यानं डोळयांना त्रास तर होतोच शिवाय मनावर तणावही येतो.
- झोपेच्याबाबतीत कधीही, कोणतीही तडजोड करू नका. पुरेशी झोप मेंदूला विश्रांती देणारी असते आणि अशी विश्रांती घेतलेला मेंदू एकाग्र करण्यास कष्ट पडत नाहीत.
- साठून रहाणारी कामं, प्रकल्प तणाव निर्माण करणारी असतात. म्हणूनच

इम्प्रुव्ह युवर मेमरी पॉवर 44

ती वेळच्यावेळेस पार पाडा.

- जगण्यात नेहमी सकारात्मक दृष्टिकोन ठेवा. हा तुम्हाला तुमच्यात जर काही वाईट सवयी असतील तर त्या दूर करण्यास मदत करतो. कारण या वाईट सवयीच तुमच्या प्रगतीतला सर्वात मोठा अडथळा असतात.

- आपल्या मेंदूची एक गंमत असते. त्याला आपण जे जाणवून देतो, तेच त्याला जाणवत असतं. म्हणूनच अभ्यासाला सुरवात करण्यापूर्वी किंवा महत्त्वाचं काम करण्यापूर्वी तुम्ही स्वतःला बजावा की तुम्ही स्थिरचीत्त आहात, शांत आहात.

- कोणतंही नवं काम हातात घेताना ते चांगल्या मनोवस्थेत आणि चांगल्या वातावरणात सुरू करा. यामुळे काम करण्यास हुरूप येतो आणि ते यशस्वी होतं. अचूक वेळेची व्याख्या व्यक्तिगणिक बदलते, कोणाला पहाटे तर कोणाला जेवणं झाल्यावर दुपारी तर कोणाला शांतपणे रात्री अभ्यास करायला आवडतो. त्यामुळे तुमच्या सोयीनुसार योग्य वेळ निवडा.

---

**विशेष महत्त्वाचं:** हे प्रकरण आज दिवसभरात किमान चार ते पाचवेळा वाचून काढा.

दिवस 14

# एकाग्रता वाढविणे – भाग 2

या प्रकरणातून तुम्हाला एकाग्रता कशी वाढवावी याबद्दल अधिक तपशिलात माहिती मिळेल.

एका साध्या नेहमीच्या उदाहरणापासून सुरवात करूया तुम्ही तुमच्या आवडत्या नायक–नायिकेचा आवडता चित्रपट बघून येता आणि मग त्यातले प्रसंग, संवाद सगळं तुम्हाला आठवत रहातं. हे असं का होतं? तर तुम्ही तुमचा आवडीचा विषय असल्यानं अगदी एकाग्रतेनं तो पाहिलेला असतो आणि म्हणूनच मेंदूही त्यातले तपशील लक्षात ठेवतो. दुसरं उदाहरण म्हणजे एखाद्या खेळात आपण सतत विजय

मिळवत रहातो याचं कारण आहे, तो खेळ आपल्या आवडीचा असल्यानं आपण पूर्ण एकचित्तानं तो खेळ खेळतो. मेंदूला त्या क्षणाला त्या व्यतिरीक्त दुसरं काहीही सूचत नसतं. या दोन्हीही वेळेस काय झालं, तर मेंदू पूर्ण क्षमतेनं काम करत राहिला आणि त्यानं बारीकसारीक तपशीलही लक्षात ठेवले.

**आजची तारीख :** / / /
(कृपया पेन्सिलनं लिहावे)

## एकाग्रता वाढविण्यासाठी व्यायाम

- **मेडिटेशन**–जगभरात अनेक प्रकारांनी मेडिटेशन केलं जातं. इथे आपण उघडया डोळ्यांनी आणि मिटलेल्या डोळयांनी अशा दोन प्रकारांनी केलं जाणारं मेडिटेशन बघणार आहोत.
- **उघड्या डोळयांनी केलं जाणारं मेडिटेशन**– एका जागी सुखासनात (नीट मांडी घालून, पाय जखडून न घेता) बसा. पाठ ताठ असावी मात्र कडक नको. आता 2–3 मीटर अंतरावर असणाऱ्या एखाद्या गोष्टीकडे एकाग्रपणे पहात रहा. ही गोष्ट म्हणजे एखादं चित्र असेल, भिंतीवर टांगलेली फ्रेम असेल. बरेचजण ओम असणारं छायाचित्र वगैरे ठेवतात. अमूकच छायाचित्राकडे पहावं असा नियम नाही. अगदी एखादी मेणबत्ती लावून ती समोर ठेवून तिच्या मंद ज्योतीकडे एकटक बघा. अशा प्रकारची मेणबत्ती किंवा एखादा काळा ठिपका हा सर्वोत्तम पर्याय आहे.
- **डोळे मिटून केलं जाणारं मेडिटेशन**– सुखासनात एका जागी स्थिरपणे बसा. हवं असल्यास पाठीला भिंतीचा किंचित आधार दिला तरीही चालेल. आता डोळे अलगद मिटून घ्या आणि तीनवेळा दीर्घ श्वसन करा. त्यानंतर हळूहळू मनातले विचार सैल सोडून द्या. विचारांना त्यांच्या प्रवाहात वाहून जाऊ द्या. अमूक एका विचारावर लक्ष केंद्रित करू नका. मात्र मेडिटेशन करताना चुळबुळ करणं, हलणं टाळा.
- एका जागी स्थिर बसा. तुम्हाला हवं त्या पध्दतीनं बसा मात्र आराम वाटायला हवा, शरीर कडक नको इतकंच पथ्य पाळा. आता उघडया डोळयांनी विचार न करता केवळ स्वस्थचित्त बसून रहा. कानावर आवाज आले तर येऊ द्या, त्याचा विचार आला तर येऊ द्या मात्र त्याकडे लक्ष केंद्रित करू नका. विचार येऊ देत, जाऊ देत त्यावर नियंत्रण ठेवू नका किंवा एकाच विचारावर लक्ष केंद्रित करू नका. आता तुम्हाला तुमच्या आत असणारी शांतता सापडेल.
- मेडिटेशन करताना अशी जागा निवडा जिथे कमीत कमी व्यत्यय होईल. अशा व्यत्ययामुळे मेडिटेशन तितकया परिणामकारकतेनं होणार नाही. हळूहळू आजूबाजूला होणारे आवाज अलगद टिपून घ्यायला शिका म्हणजे या आवाजामुळे मेडिटेशनमध्ये बाधा येणार नाही.
- मेडिटेशनला सुरवात केल्यानंतर प्रारंभीच्या दिवसात अशा वेळेस मेडिटेशन करा, ज्यावेळेस आवज कमी असतील. मेडिटेशनसाठी चित्त एकाग्र होणं महत्त्वाचं असतं. म्हणून तुम्हाला योग्य अशी कमीत कमी आवाज असणारी वेळ निवडा.
- एकदा अशा प्रकारे मेडिटेशनची सवय लागली की तुम्ही कोठेही आणि

कधिही मेडिटेशन करू शकाल. अगदी कोलाहलातदेखील तुम्हाला चित्त एकाग्र करणं सहज जमेल. बसमधून, रेल्वेतून प्रवास करत असताना, रेल्वेस्थानक, बसस्टॉपवर किंवा रेस्टॉरंटमध्ये प्रतिक्षा करत असताना, निसर्गाच्या सान्निध्यात असताना मेडिटेशन करा.

- स्थळ आणि काळानुसार तुम्ही एकचित्त करण्यासाठी तुमचे डोळे आणि चित्त एखाद्या गोष्टीवर केंद्रीत करा. ती गोष्ट अचल असली पाहिजे न हलणारी एका जागी स्थिर असणारी असली पाहिजे. यामुळे दोन फायदे होतील, एक म्हणजे तुमचा रिकामा वेळ तुम्हाला सत्कारणी लावता येईल आणि एकाग्रता वाढविण्याचा व्यायामही होईल. त्याचप्रमाणे कंटाळयापासूनही वाचता येईल. एकटेपणा हा मेंदूला नेहमी नकारात्मक विचारांकडे नेत असतो रिकाम्या वेळेत नकारात्मक विचार मेंदूचा ताबा घेतात आणि मग उगाचच काही तरी खावंस वाटू लागतं, धूम्रपान करावसं वाटू लागतं किंवा उगाचच वायफळ गप्पा माराव्याशा वाटू लागतात.
- मेडिटेशनमुळे मेंदूला आराम मिळत असतानाच त्याच्यात विनाकारण साठविलेल्या विचारांचा निचराही होतो. उगाचच सतत विचार करणाऱ्या मेंदूला थोपविणं आणि त्याला विचारांच्या योग्य प्रवाहात आणून सोडण्याचं काम मेडिटेशन करतं. रोज किमान 10–15 मिनिटं तरी मेडिटेशन करायला हवं. एकदा सवय झाली की ठरलेल्या वेळेत तुम्हालाच मेडिटेशनला बसावं असं वाटायला लागेल.

**विशेष महत्त्वाचंः** हे प्रकरण आणि यातली मेडिटेशनची तंत्रं काळजीपूर्वक वाचा. किमान तीन ते चार वेळा हे प्रकरण वाचा. आजपासूनच मेडिटेशनला सुरवात करा.

दिवस 15

# सराव – 2

## हिट ॲण्ड ट्रायल

यापूर्वीच आपण पाहिलं की एखादी गोष्ट शिकण्याची ही एक सामान्य पध्दत आहे. एखादी गोष्ट साध्य करण्यासाठी किंवा शिकण्यासाठी आपण पुन्हा पुन्हा प्रयत्न करत रहातो यालाच हिट ॲण्ड ट्रायल पध्दत म्हणतात. एकाच समस्येचं दरवेळेस निराळया पध्दतीनं निराकारण करता येतं हा यातला सर्वात महत्वाचा भाग आहे.

**यासाठी दोन सराव करा–**

- घरात जितकया म्हणून गोष्टींना कुलूप लावता येईल तितकयांना कुलुपं लावा. आता ही कुलूपं उघडत जा. विशिष्ट कुलुपाची किल्ली शोधून ते कुलूप काढेपर्यंतचा एकूण वेळ तपासा. हा सराव दर आठवडयाला करा आणि तुमचा वेळ कमी होतो आहे का हे तपासा
- कमीत कमी 15–20 बटणं असणारा एखादा स्वीच बोर्ड निवडा मग तो ऑफिसमधला असेल किंवा घरातला अथवा एखाद्या कम्युनिटी सेंटरमधला. आता सर्वप्रथम कोणतं बटण कशाचं आहे हे नीट लक्षात घ्या आणि डोळे मिटून एक दीर्घ श्वास घ्या, असं दोन ते तीन वेळा करा. मन स्थिर आणि शांत झाल्यानंतर डोळे उघडून पुन्हा एकदा सगळी बटणं लावा यावेळेस तुम्ही किती बटणं अचूक लावलीत आणि किती चुकविलीत हे नोंदवून ठेवा. दर आठवडयाला हा सराव करा आणि प्रत्येक प्रयत्नातली अचूकता टिपा.

वरील दोनही सराव करत असताना तुम्ही ज्या दिवशी उत्तमप्रकारे हा सराव कमीत कमी वेळेत अचूकतेनं केला असेल त्या दिवसातले बारकावे नोंदवून ठेवा आणि हेच ज्या दिवशी तुमचा सराव योग्य पध्दतीनं होणार नाही त्याही दिवशी नोंदवा. म्हणजे तुमच्या कामगिरीवर परिणाम करणारे घटक तुमच्या लक्षात येतील. दर महिन्याला या सरावाच्या बाबतीतलं तुमचं 'प्रगती पुस्तक' तुम्हीच तपासा.

## निरीक्षण तपासा

खाली दिलेल्या मुद्यांच्या आधारानं तुम्ही पहिल्याच प्रयत्नात किती अचूक निरीक्षण करू शकता हे तपासा. खाली दिल्यापैकी

**आजची तारीख :** / / /
(कृपया पेन्सिलनं लिहावे)

एकच पर्याय अचूक आहे. इतर पर्यायात काही ना काही चूक आहे. त्या चुकाही शोधा आणि कितव्या प्रयत्नात अचूक पर्याय शोधला हे नोंदवून ठेवा.

**उदाहरण क्रमांक 1–**

A. HONESTY IS THE BEST POLICY.

B. HONESTY IS THE BEST POLICY

C. HONESTY IS THE BEST POLICY

D. ONESTY IS THE BEST POLECY

**उदाहरण क्रमांक 2–**

A. EARLY TO BED EARLY TO RISE MAKES A MAN HEALTHYY, WEALTHY AND WISE.

B. ERLY TOO BED ERLY TO RISE MAKE A MAN HELTHY, WELTHY AND WISE.

C. EARLY TO BAD EARLY TO RIS MAKES MAN HEELTHY, WEELTHY AND WIS.

D. ARLY TO BED ARLY TO RISE MAKS A MAN HEALTHY, WELLTHY AND WYSE.

**उदाहरण क्रमांक 3–**

| गुप्तहेर चित्रपट / कथांचा तक्ता | | | |
|---|---|---|---|
| अनुक्रमांक | वाचलं / पाहिलं | वाचत आहे / पहात आहे | संकल्प आहे |
| 1. | | | शेरलॉक होम्स<br>हार्डी बॉईजे<br>नॅन्सी ड्ठय<br>अल्फ्रेड हिच्कॉक<br>द् ओल्ड फॉयस<br>प्रोजेक्ट युएफओजंत<br>स्टार ट्रेक<br>जेम्स बॉण्डचे चित्रपट<br>डिस्कव्हरी वाहिनींद ॲनिमल प्लॅनेट इत्यादी |
| 2. | | | |
| 3. | | | |
| 4. | | | |
| 5. | | | |
| 6. | | | |
| 7. | | | |
| | | | |

इम्प्रुव्ह युवर मेमरी पॉवर 50

गुप्तहेर कथा, तपासकथा यांची यादी बनविली असेलच. आता या कथा आणि चित्रपटांची एक यादी बनवून तुम्ही ती कितीवेळा पाहिली आणि वाचली याची नोंद डायरीत ठेवा. दरवेळेस तुम्हाला एखादा नवा धागा सापडला का हे देखोल नमूद करा. पहिल्यांदा वाचल्यानंतर काय वाटलं, दुसऱ्यांदा वाचताना काय वाटलं, तिसऱ्यांदा वाचताना काय वाटलं हे सगळं नोंदवा. तपासकाम करताना कोणत्या पद्धती वापरल्या, तर्क कसे लावले हे सगळं नोंदवा.

त्याचप्रमाणे एखादं संशोधनकार्यही असंच पायरीपायरीनं घडत असतं. त्यामुळे सध्या अशा प्रकारच्या एखाद्या महत्त्वाच्या संशोधनावर काम चालू आहे कां, याचा शोध घेऊन त्यासंदर्भातले प्रगतीचे बारीकसारीक तपशोलही संग्रही ठेवण्यास सुरवात करा. या सगळया संशोधनावर काम करणारी टीम कशाप्रकारे माहिती गोळा करते याचा अभ्यास करा. यामुळे तुम्हाला निरीक्षणशक्तीला योग्य दिशेनं नेण्याची शिस्त लागेल.

संशोधनकार्याच्या आणि शोधकथांच्या संदर्भातील जमेल तितकं साहित्य वाचा. ग्रंथालयातून, परिचितांकडून किंवा मित्रांकडून पुस्तकं मागून ती वाचून काढा.

## निरीक्षणशक्ती वाढविण्याची इतर काही तंत्र–

या तंत्राच्या मदतीनं, निरीक्षण करणे, ते लक्षात ठेवणे आणि मग त्याची उजळणी करणे या गोष्टी आपण शिकणार आहोत.

- खोलीतून नजर फिरवा सगळया गोष्टी लक्षात ठेवा. आता एका भिंतीकडे तोंड करून बसा आणि बघितलेल्या सगळया गोष्टी कागदावर नोंदवा. आता तुम्ही किती गोष्टी अचूक ओळखल्या ते तपासा.
- याच पध्दतीनं सार्वजनिक ठिकाणी, संस्थेत गेल्यानंतरही आजूबाजूला नजर टाकून तिथल्या गोी लक्षात ठेवण्याचा प्रयत्न करा.
- नातेवाईक, मित्र, आप्तेष्टांकडे गेल्यावरही हा सराव करा.
- तुमच्या घराला, ऑफिसला किंवा तुम्ही नियमित भेट देत असणाऱ्या इमारतीला किती पायऱ्या आहेत त्या मोजा.
- नव्या ठिकाणी गेल्यावर जिना बघून अंदाजानं पायऱ्या किती असतील याचा तर्क लावा आणि प्रत्यक्षात तुम्ही तर्काच्या किती जवळ आहात हे प्रत्यक्ष पायऱ्या मोजून तपासा.
- जवळच्या सुपरमार्केटमध्ये, बागेत किंवा बसस्टॉपवर पायी चालत जाण्यासाठी, स्वतःच्या गाडीनं किंवा सार्वजनिक वाहनव्यवस्थेनं जाण्यासाठी तुम्हाला किती वेळ लागतो हे नोंदवा.
- ऑफिससाठी, शाळेसाठी, सहज फेरफटका मारण्यासाठी किंवा पार्टीला

जाण्यासाठी अशा विविध प्रसंगांसाठी तुम्हाला तयार होण्यासाठी किती वेळ लागतो याचं निरीक्षण करा.

- त्याचप्रमाणे इतरजण अशा प्रकारे तयार होण्यासाठी, आवरण्यासाठी किती वेळ घेतात याचंही निरीक्षण करा.
- सकाळी उठल्यानंतर, खेळून आल्यानंतर, अभ्यास झाल्यानंतर, स्वयंपाक झाल्यानंतर, मेडिटेशन झाल्यानंतर, शाळेतून किंवा ऑफिसमधून घरी आल्यानंतर, जेवणापूर्वी आणि नंतर, बागकाम करताना, प्रार्थना म्हणून झाल्यानंतर अशा विविधप्रसंगी तुमच्या हुरदयाचे ठोके किती असतात हे मोजा.

**विशेष महत्त्वाचं:** तुमच्या वेळेच्या उपलब्धतेनुसार हे सगळे सराव करा. तुमच्या दैनंदिन जगण्यात काही अडथळा यायला नको याची काळजी घ्या.

# दिवस 16

## स्मरणशक्ती म्हणजे काय?

मेंदूचं स्मरणशक्ती हे काम सर्वात महत्त्वाचं आहे. स्मरणशक्तीशिवाय मानव अपूरा आहे, आपलं जीवन पुढे सरकूच शकणार नाही. मेंदूवर ज्या अनेक कामांची जबाबदारी असते त्यात तीन महत्त्वाच्या कामांचा अंतर्भाव असतो, शिकणे, लक्षात ठेवणे आणि उजळणी करणे. विशेष म्हणजे ही तीनही कामं एकाचवेळेस होत असतात. या प्रक्रियेचा अभ्यास या प्रकरणात पाहू—

—प्रत्येक क्षणाला आपला मेंदू आजूबाजूला घडणारी प्रत्येक गोष्ट टिपून घेत असतो. मग ते टिपणं 'बघण्यातून' असेल, 'वाचण्यातून' असतं किंवा 'लिहिण्यातून' असतं. यातही एखादी गोष्ट 'क्लिक' झाली तर मेंदू ती अधोरेखित करून टिपतो यालाच शिक्षण

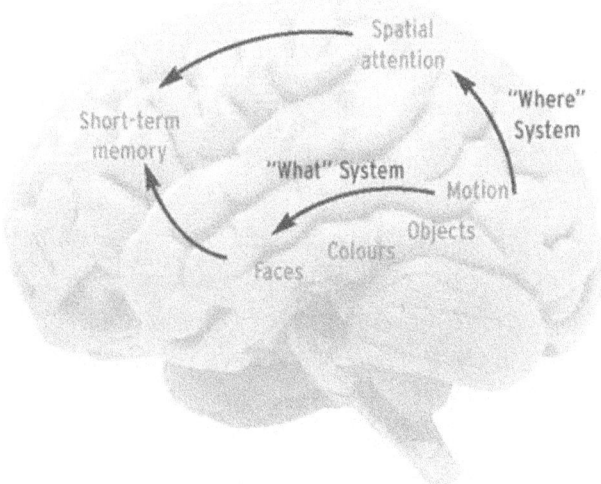

म्हणतात. जाणीवपूर्वक एखादी गोष्ट वारंवार मेंदूत नोंदविली जाते तिला 'लक्षात ठेवणे' म्हणतात. ही क्रिया अगदी नैसर्गिक मानली जाते आणि सर्वात शेवटी, उजळणी— ज्या ज्या वेळेस गरज असते त्या त्या वेळेस ही साठविलेली माहिती मेंदू पुन्हा

आजची तारीख : / / /
(कृपया पेन्सिलनं लिहावं)

उजेडात आणतो. उदाहरणार्थ परिक्षेपूर्वी अभ्यास केल्यानंतर प्रत्यक्षात पेपर लिहिताना संबंधित प्रश्नाचं उत्तर आपोआप आठवून आपण ते लिहितो. ही सगळी जमा झालेली माहिती मेंदूत साठविली जाते, संग्रहित केली जाते मात्र तिच्या उपयोगीतेनुसार तिची विभागणी होते. काही माहिती ही अगदी अल्पकाळापुरतीच संग्रहीत केली जाते तिला 'शॉर्ट टर्म मेमरी' अर्थात अल्पकालीन स्मरणशक्ती म्हणतात तर काही प्रकारची माहिती दीर्घकालावधीसाठी, कधीकधी आयुष्यभरासाठीदेखील, संग्रहित केली जाते तिला 'लॉन्ग टर्म मेमरी' अर्थात दीर्घकालीन स्मरणशक्ती म्हणतात. आता या दोनही प्रकारच्या स्मरणशक्तींना जरा विस्तारानं समजावून घेऊया–

## अल्पकालीन स्मरणशक्ती

एखादी माहिती ही केवळ त्या क्षणापुरतीच नोंदविली जाते उदाहरणार्थ समारंभात एखादी सुंदर साडी मनात भरणे. ही माहिती कधीकधी सेंकदापेक्षा जास्त काळ मेंदूत साठवून ठेवली जाते, कधी काही दिवस, आठवडे अथवा महिने. अशा प्रकारच्या माहिती साठवण्याला अल्पकालीन स्मरणशक्ती म्हणतात. सतत नवनवी माहिती मेंदू साठवत असल्यानं हळूहळू ही जुनी माहिती पुसट होत जाते.

## अल्पकालीन स्मरणशक्तीची काही उदाहरणं

- आपण सुट्टीसाठी पर्यटनाच्यानिमित्तानं जाणार असतो त्यावेळेस हॉटेलचं बुकिंग, विमान–रेल्वे आरक्षण, आसन क्रमांक, परतीच्या प्रवासाचे तपशील, भेट देण्याच्या ठिकाणांची यादी, घेऊन जायच्या सामानाची यादी अशा गोष्टी अधोरेखित करून लक्षात ठेवल्या जातात.
- एकाच ट्रिपमध्ये तुम्ही एकाहून जास्त ठिकाणांना भेट देणार असाल तरही हेच घडतं.
- वर्षभर अभ्यास करतच असतो मात्र परिक्षा जवळ आली की त्याची पुन्हा एकदा मेंदूकडून उजळणी होते मात्र वर्षभर मान मोडून केलेला अभ्यास एकदा का पेपर लिहून झाला आणि आपण पुढील वर्गात गेलो की मागच्या अभ्यासक्रमाचे बारीकसारीक तपशील पुसट होत जातात. केवळ महत्त्वाच्या संज्ञा लक्षात ठेवल्या जातात.
- एखाद्या प्रोजेक्टवर काम करत असताना आपल्याला त्यातले बारीकसारीक तपशीलही लक्षात असतात. त्या प्रोजेकटसंदर्भातल्या अटी शर्ती तोंडपाठ असतात मात्र एकदा का हा प्रोजेकट हातावेगळा झाला की हे लहान सहान तपशील विसरून जातात.

## दीर्घकालीन स्मरणशक्ती

या प्रकारची स्मरणशक्ती वर्षानुवर्ष टिकून रहाते. काही गोष्टी तर आयुष्यभर लक्षात

रहातात. शालेय शिक्षण, महाविद्यालयीन शिक्षण किंवा करियरसाठी निकरीच्या ठिकाणचा कामाचा अनुभव या गटात समाविष्ट होतो. आपण एखादी गोष्ट शिकत असताना त्याचं महत्त्व लक्षात घेत त्या त्या वेळेस आपल्या सुप्तावस्थेतल्या मेंदूला नकळत ही महत्त्वाची माहिती काळजीपूर्वक संग्रहित करण्याच्या सूचना देत असतो. आयुष्यात पुढे उपयोगी पडणारी माहिती अशा प्रकारे संग्रहित केली जाते.

## दीर्घकालीन स्मरणशक्तीची उदाहरणं

- गणितातली, शास्त्र विषयातील समीकरणं, सूत्रं. भाषेतलं व्याकरण, वकिलीचे नियम, वैद्यकीय पेशातलं शिक्षण हे सगळं दीर्घकालीनं स्मरणशक्तीत येतं. एकदा हे शिकलं की मेंदूत पक्कं बसतं कारण आपण तशाच सूचना देऊन हे लक्षात ठेवतो.
- जवळच्या मित्रांच्या, नातेवाईकांच्या, भावंडांच्या, मुलांच्चा, पती–पत्नी च्या लग्न–वाढदिवस–लग्नाचे वाढदिवस यांच्या तारखा लक्षात ठेवणे.
- इतरांची बघून किंवा आपली आपण घरगुती उपकरणं ठीक करायला शिकणं. अगदी छोटया छोटया गोष्टी आपण दुरूस्त करू शकतो आणि करायला शिकतही असतो.
- स्वयंपाक करायला शिकणे– काही छोटया गोष्टीनी याची सुरवात करणे उदाहरणार्थ गॅस कसा पेटवावा, खबरदारी काय काय घ्यावी. पाणी उकळावं कसं, चहा कसा करावा, भात बनविताना तांदुळात पाणी किती घालावं, वरणभात शिजण्यासाठी प्रेशर कुकरला किती शिटया कराव्यात इत्यादी. हे स्वयंपाकाचे प्राथमिक धडे आहेत. सुरवातीला गॅस पेटविणंही एक मोठं काम वाटतं मात्र कालांतराने यात कोणतंही विशेष कौशल्य जाणीवपूर्वक न वापरताही आपण सहजगत्या हे काम करतो.
- संस्कार हे देखील याच गटात मोडतात. लहानपणात हे संस्कार आईवडिलांकडून घेतो त्यानंतर पुढील आयुष्यात अनेक शिष्टाचार आपण शिकतो आणि ते लक्षात ठेवून पाळतो. काही शिष्टाचार शिकविले जातात तर काही आपण इतरांचे बघत अनुकरण करत शिकत जातो.

## आजच्या दिवसात काय कराल

- वर विस्तारानं सांगितलेलं सर्व पुन्हा पुन्हा वाचा. यासाठी दोन रकाने आणि याद्या बनवा एक भूतकाळासाठी तर दुसरी भविष्यकाळासाठी.

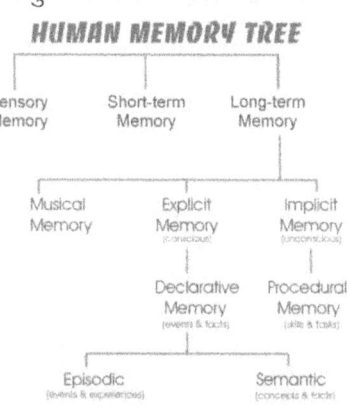

- आता या दोनही याद्या पुन्हा दोन रकान्यात विभागा, एक अल्पकालीन आणि दुसरी दीर्घकालीन स्मरणशक्तीसाठी.
- पहिल्या भूतकाळ यादीत– दीर्घकालीन स्मरणशक्ती रकाना– भूतकाळातील लहानपणापासूनच्या घटना क्रमानं नोंदवा. उदाहरणार्थ तुमचा शाळेचा पहिला दिवस, कॉलेजमधला पहिला दिवस, पहिली सायकल, शाळेत एखाद्या स्पर्धेत मिळविलेलं यश किंवा वर्गातला पहिला क्रमांक इत्यादी.
- पहिल्या भूतकाळ यादीत–अल्पकालीन स्मरणशक्ती रकाना– या दुसऱ्या रकान्यात अलिकडच्या भूतकाळातील घटना नोंदवा. नोकरी करत असाल तर त्या ठिकाणी नवं काही शिकायला मिळालं असेल तर त्याची नोंद, अलिकडच्या काळात काही चांगले मित्र/मैत्रीणी बनल्या असतील तर त्या संदर्भातील माहिती, काही मोठी खरेदी उदाहरणार्थ गाडी, घर वगैरे, त्याबाबतची माहिती.
- आता भविष्यकालीन यादी–दीर्घकालीन रकाना– तुम्ही पुढील आयुष्यात काय करू इच्छिता याची यादी नोंदवायची आहे. काही छोटया मोठया अशा गोष्टी ज्या तुम्हाला आयुष्यभर पुरणार आहेत. उदाहरणार्थ, कौटुंबिक छायाचित्रं एकत्र करून त्याचा अल्बम बनविणे.
- भविष्यकालीन यादी – अल्पकालीन रकाना– या रकान्यात अशा गोष्टी नोंदवायच्या आहेत ज्या नजिकच्या भविष्यात होऊ घातलेल्या आहेत. उदाहरणार्थ नव्या टिव्हीचं बील वॉरंटी कार्ड फाईलला जोडणे.

वरील यादीत तुम्ही तुमच्या सोयीनुसार बदलही करू शकाल. मात्र अशा प्रकारे यादी बनविण्याचं काम आजच पूर्ण करा. अशी यादी बनवून एक चांगली सुरवात करा. या यादीमुळे आपला मेंदू कशाप्रकारे कार्य करतो हे तुम्हाला नेमकेपणानं समजेल. आयुष्यात जे करायचं आहे हे अशाप्रकारे नोंदवून ठेवलं तर त्याचा फायदाही होतो. स्मरणशक्ती तल्लख बनविण्याचा हा एक उत्तम मार्ग आहे, लिखाण केल्यानं मी तुम्हाला खात्रीपूर्वक सांगेन की तुमची स्मरणशक्ती चमत्कार झाल्याप्रमाणे तल्लख बनली असेल. कोणतीही गोष्ट ज्यावेळेस आपण लिहून लक्षात ठेवतो तेंव्हा ती उत्तमप्रकारे लक्षात ठेवली जाते. मग आजपासूनच सुरवात करणार नां? यासाठी काय करा की दीर्घकालीन टिपणांसाठी एक डेस्क डायरी लिहिण्यास सुरवात करा आणि अल्पकालीन नोंदींसाठी छोटी पॉकेट डायरी लिहायला सुरवात करा.

| FROM THE PAST | | |
|---|---|---|
| S.No. | LONG-TERM | SHORT-TERM |
| 1. | first day at school | a new friend met last year |

| | | |
|---|---|---|
| 2. | parents giving in to my persistent demand for a new bicycle | migrating to another city for studies only |
| 3. | | |
| | | |

## FOR THE FUTURE

| S.No. | LONG-TERM | SHORT-TERM |
|---|---|---|
| 1. | construction of own dream house | a small hike in salary for good work done |
| 2. | admission to MBA with weekend classes | scholarship granted for higher studies |
| 3. | | |
| | | |

**विशेष महत्त्वाचं:** हे प्रकरण दिवसातून तीन ते चार वेळा वाचा आणि लक्षात ठेवा.

# विस्मरणावर मात कशी करावी?

विस्मरणावर मात कशी करावी हे शिकण्यापूर्वी विस्मरण म्हणजे नेमकं काय? हे पाहू. माहिती पुरेशा ठामपणे न साठवता येणं आणि गरज पडल्यानंतर तिची योग्यप्रकारे उजळणी न झाल्यानं ती न आठवणं म्हणजे विस्मरण होणं. विस्मरण दोन प्रकारांचं असतं, एक म्हणजे, पूर्णपणे होणारं विस्मरण किंवा अंशतः विस्मरण. पूर्णपणे होणाऱ्या विस्मरणात आपण घडून गेलेलं काहीही आठवू शकत नाही तर अंशतः विस्मरणात आपल्याला काही भाग आठवत नाही. या दोन विस्मरणांना उदाहरणानं समजून घेऊ–

- पूर्वी एखाद्या ठिकाणाला, देवळाला भेट दिली असल्याचं पूर्ण विसरून जाणं, शाळकरी सवंगडयांचं विस्मरण होणं, एखादी नोकरी सोडल्यानंतर काही वर्षांनी सोबत काम करणाऱ्यांना विसरणं किंवा एखाद्या प्रोजेक्टवर काम केलेलं असेल तर त्याचे तपशील न आठवणं.
- अंशतः विस्मरणात एखादी व्यक्ती अंधुकशी आठवत असते मात्र तिचं नाव किंवा अन्य तपशील आठवत नसतात. आपण या व्यक्तीला पूर्वी भेटलो आहोत हे आठवत असतं मात्र कुठे आणि कशाच्या संदर्भात हे आठवत नाही. या प्रकारचं विस्मरण ही सामान्यपणे दिसणारी गोष्ट आहे.
- आणखी एक तिसऱ्या प्रकारचं विस्मरण असतं, एखाद्या व्यक्तिला भेटल्यानंतर तिच्यासंदर्भातलं काहीच आठवत नसतं मात्र ती व्यक्ती काही संदर्भ देत जाते आणि मग हळूहळू एखादी गोष्ट आठवत जाते.

**आजची तारीख :** / / /
(कृपया पेन्सिलनं लिहावे)

## विस्मरणाचं महत्त्व!

बरोबर आहे, एखादी गोष्ट लक्षात ठेवणं जितकं महत्त्वाचं आहे तितकंच ती विसरून जाणंही महत्त्वाचं आहे. स्मृती ही मानवी मेंदूला मिळालेली देणगी आहे त्याचप्रमाणे विस्मृतीही आहे. आपला मेंदू सतत अव्याहतपणानं गोष्टी टिपून ठेवत असतो. सगळ्याच गोष्टी कायमसाठी लक्षात ठेवायच्या तर मेंदूचं 'मेमरी कार्ड' भरून जाईल म्हणून या मेमरी कार्डमध्ये जागा रहावी या उद्देशानं मेंदू आपोआपच काही स्मृती पुसून टाकत असतो. शिवाय नव्या गोष्टी शिकायच्या तर त्यासाठी जुन्या स्मृतींना पुसून जागा बनविली पाहिजे. माहिती संग्रहित करतानाही एक गाळणी लावली पाहिजे, संदर्भहिन माहिती संग्रहित करून आपण मेंदूच्या शक्तीचा अपव्यय करत असतो. यासाठी नको असणारी माहिती पुसून टाकून आनंदी, सकारात्मक माहिती आणि आठवणी स्मृतीत राहिल्या पाहिजेत असं प्रशिक्षण आपणच मेंदूला दिलं पाहिजे. हुशार व्यक्ती आणि 'स्लो लर्नर्स' यांच्यात नेमका हाच फरक असतो. हुशार व्यक्तिंना स्मृतींचं नियोजन योग्य पध्दतीनं करता येतं आणि म्हणून नव्या गौ शिकण्यासाठी, संग्रह करण्यासाठी त्यांच्याकडे उपलब्धता असते.

## विस्मरणाची कारणं

विस्मरणाची कारणं अनेक असतात. मात्र थोडी खबरदारी घेतली तर विस्मरणावर मात करता येणं शकय असतं. हे जितकं भासतं तितकं कठीण काम नाही. लहान मुलं विनाकारण अनेक छोटया छोटया गोष्टी विसरतात, जरा मोठी मुलं अभ्यास केल्यानंतरही परिक्षेच्यावेळेस नेमकं विसरतात. नोकरीसाठी मुलाखतीला गेलेल्या उमेदवाराचे पाय अचानकच थंड पडतात आणि हाताला घाम सुटून अस्वस्थता वाढते. मानसोपचारतज्ज्ञांच्या मते याची कारणं ही आहेत–

- एखाद्या गोष्टीत अजिबात रस नसतो म्हणून अशी गोष्ट शिकताना मजा येत नाही आणि पूर्ण क्षमतेनं ती स्मृतीत बसत नाही. याचा परिणाम म्हणजे ऐनवेळेस स्मृतीनं दगा देणे.
- काही लक्षात ठेवण्याची मुळात इच्छाच नसणे.
- एखादा विषय पुरेसं लक्ष केंद्रित न करता समजावून घेणे.
- सततची काळजी, तणाव हा देखील विस्मृतीला कारणीभूत ठरतो.
- पालकांकडून उत्तम गुणांची सक्ती किंवा सहाध्यायींचा दबाव.
- लहान मुलं ही कोमल हुदयाची असतात. परिक्षेसारख्या महत्त्वाच्या दिवसात जर काही धक्कादायक घटना घडली, कौटुंबिक कलह विकोपाला गेले किंवा एखाद्या जवळच्या व्यक्तिचं निधन झालं तर त्याचा परिणाम नक्कीच त्यांच्यावर होतो.

- दीर्घकाळाचं आजारपण किंवा एखाद्या अपघातामुळे डोकयाला बसलेला मार.
- कौटुंबिक वातावरण दूषित असणं, अस्थिर असणं.
- काही जनुकीय दोषांमुळे विस्मरणाची वंशपरंपरागतता असणं

थोडकयात सांगायचं तर मुळातच एखाद्या गोष्टीत कमी रस, रूची असणे याचा परिणाम एकाग्रतेनं ती गोष्ट न शिकण्यावर आणि त्यामुळे ती योग्य प्रकारे लक्षात न ठेवण्यावर होत असल्यानं अर्थातच पुढे तिची उजळणीही योग्य प्रकारे होत नाही.

काही वेळेस काही विद्यार्थी त्यांच्या कमकुवत स्मरणाशक्तीबाबत, एखादा विषय पूर्णपणे न शिकल्याबद्दल, शिकलेलं विसरल्याबद्दल पष्चात्ताप करताना दिसतात. विद्यार्थ्यांच्या बाबतीत परिक्षेच्या कालावधीत विस्मरण अचानकच वाढलेलं दिसून येतं आणि हे दिवस महत्त्वाचेही असतात. यावर मात करण्याचे, स्मरणशक्ती वाढविण्याचे आणि इतर सहाध्यायींच्या पुढे एक पाऊल रहाण्याचे काही उपाय–

- परिक्षेचा कालावधी खूप महत्त्वाचा आहे लक्षात घ्या. जर तुम्ही वर्षभर अभ्यास केलेला असेल तर तुम्हाला तणाव घेण्याचं काही कारण नाही. केवळ भीतीपोटी विस्मरण होऊ देऊ नका. या कालावधीत अगदीच निष्काळजी असून जसं चालणार नाही तसंच खूप दडपणही घेता कामा नये. सतर्क असणं सर्वोत्तम.
- स्वतःवर जास्तीचं दडपण आणू नका. लक्षात घ्या, प्रत्येकाची मेंदूची क्षमता निराळी असते म्हणून स्वतःची तुलना कोणाशीही करू नये. अशा प्रकारच्या तुलनेमुळे दडपण येतं.
- अभ्यास करत असताना वरचेवर ब्रेक घ्या. पाय मोकळे करून या, मर्यादित प्रमाणात चहा किंवा कॉफी घ्या, एखादं छानसं गाणं ऐका.
- मात्र हे ब्रेक 15–20 मिनिटांच्यावर नसावेत.
- या ब्रेक दरम्यान तुम्ही आनंद वाटेल, तरतरी येईल असं काहीही करू

शकता. डोळे मिटून एक छोटी डुलकी काढणे, आवडतं गाणं–संगीत ऐकणे, छान हिरवळीवर अनवाणी पायानं चालून येणे, हात पाय धुणे किंवा शॉवर घेणे. भरपूर पाणी पित रहा यामुळे शरीरातली आर्द्रता टिकून रहाण्यास मदत तर होतेच शिवाय विनाकारण थकवा येत नाही.

- मात्र या ब्रेक दरम्यान टिव्ही बघणं, इंटरनेट सर्फिंग करणं किंवा चॅटिंग करणं पूर्णपणे टाळावं. त्याचप्रमाणे स्नॅक्स खाणं टाळावं. सामोसा, वेफर्ससारखे कुरकुरीत, तळलेले आणि मसालेदार स्नॅक्स या दरम्यान खावीशी वाटली तरीही ती टाळावीत कारण यामुळे एकतर तब्येतीला हानी पोहोचते आणि 'ओव्हर इटिंग'चा धोकाही असतो.
- चहा आणि कॉफीबाबत एक गैरसमज आहे, हे प्यायल्यानं झोप, थकवा दूर होतो आणि तरतरी येते. प्रत्यक्षात मात्र अशा सततच्या चहापानानं किंवा कॉफीपानानं डिहायड्रेशन होण्याची शकता असते. शिवाय यातले घटक नर्व्हस सिस्टीमवर परिणाम करणारे असतात. म्हणून चहा किंवा कॉफीपान करावं पण अगदी मर्यादित प्रमाणात.
- शाळा आणि महाविद्यालयातील मुलांनी सिगरेटसारखी तंबाखूयुक्त उत्पादनं अजिबातच वापरू नयेत. याचं कारण म्हणजे ही सगळी वर्षं मेंदूच्या आणि शरीरच्या वाढीसाठी अत्यंत महत्त्वाची असतात. धुम्रपानामुळे वाढीवर थेट परिणाम होतो.
- या कालावधीत तुमचा हेअरकट छोटा राखण्याचा प्रयत्न करा. विशेषतः मुलांनी. या कालावधीत आपलं पूर्ण लक्ष अभ्यासावर असलं पाहिजे. डोकयावर केसांचा बोजा विनाकारण वागविण्याची गरज नाही. प्राचीन भारतात विद्यार्थी दशेतील मुलं चक्क डोकयाचा गोटा ठेवत, मागे एखादं चक्र किंवा शेंडी राखलेली असे.
- एकदा अशा प्रकारे गांभिर्यानं अभ्यासाला लागलात की मेंदूची शिकण्याची आणि समजून घेण्याची क्षमता वाढते म्हणूनच संग्रहणही उत्तमप्रकारे होतं आणि यातून आत्मविश्वास वाढीला लागून त्याचा उत्तम गुण मिळविण्यासाठी फायदा होतो.
- रिझल्ट काय लागेल याची काळजी न करता अभ्यासावर लक्ष केंद्रित करा. रिझल्टच्या धास्तीमुळे अभ्यासावर परिणाम होतो.

## शिकणं वाढवा आणि विस्मरण कमी करा

खालील तंत्रांच्या मदतीनं शिकणं वाढवून विस्मरण कमी करता येणं शकय आहे.

- **शिकण्यातला रस आणि इच्छा वाढवा**– हे अगदी नैसर्गिक आहे की, आपल्याला जी गो आवडते ती आपण खूप पटकन आत्मसात करू शकतो

मात्र जी गोष्ट नावडती आहे ती शिकण्यासही टाळाटाळ करतो. एखादी गोष्ट आपल्याला आवडत नाही मात्र तरीही ती शिकावी लागत असेल तर तिचा भविष्यात आपल्याला होणारा फायदा लक्षात घेतला तर त्याबाबतच्या सकारात्मक भावना वाढीस लागतात. म्हणून नावडती गोष्ट शिकण्यापूर्वी तिचा संभावीत फायदा लक्षात ठेवावा. यामुळे ती गोष्ट शिकण्यातला रस वाढीस लागतो.

- **एकाग्रता**– आपला मेंदू अगदी व्रात्य मुलासारखा असतो. जरा ढील दिली की तो भरकटायला लागतो. आवडती गोष्ट शिकताना याचा अडथळा होत नाही मात्र नावडती गो शिकताना हे भरकटणारं परवडणारं नसतं. यासाठी मेंदूतल्या विचारांना भरकटू न देणं शिकायला हवं. भलेही अगदी थोडाच वेळ तुम्ही त्या गोष्टीसाठी द्या मात्र त्या वेळेत इतर कोणताही विचार येऊ देऊ नका. विचारांची ही घुसखोरी मेंदू भरकटविण्यास परिणामी लक्ष विचलित करण्यास आणि मग विस्मरणास कारणीभूत असते.

- **चित्रांचा आधार**–आपला मेंदू शब्दांपेक्षा चित्रं जास्त परिणामकारकतेनं लक्षात ठेवतो. म्हणून महत्त्वाची माहिती शकय असेल तर चित्रांच्या स्वरूपात त्याचप्रमाणे रंग वापरून लिहून वाचल्यास ती जास्त लवकर आत्मसात होते. पाढे पाठ करणं बऱ्याच मुलांना आवडत नाही, कंटाळवाण ं वाटतं. अशावेळेस चित्रं आणि रंग वापरून एका कागदावर दोन किंवा तीन पाढे एकावेळेस लिहून ते येता जाता दिसतील अशा जागी लावावेत आणि येता जाता ते म्हणावेत. यामुळे काय होतं की, हे तक्ते बनविताना आपण आपली कल्पनाशक्ती वापरतो आणि त्यामुळे आपोआप ही माहिती तक्ता बनविण्याच्या प्रक्रियेदरम्यानच मेंदू पक्की लक्षात ठेवतो.

- **तर्क लावा**– एखादी नवी गोष्ट शिकताना ती जुन्या गोष्टीशी पडताळून पहात शिकली तर ती लवकर आत्मसात होते. या प्रकारचं शिकण ं त्याचवेळेस शकय होतं ज्यावेळेस मेंदू नव्या आणि जुन्या गोष्टीची उत्तम प्रकारे सांगड घालू शकतो. कोणतही गोष्ट शिकत असताना ती तर्काच्या कसोटीवर

पारखून लक्षात ठेवली तर ती आयुष्यभरासाठी लक्षात रहाते. म्हणूनच कोणताही विषय शिकत असताना समजून घेत तो तर्काच्या कसोटीवर पारखत समजून घ्यावा.

- **अद्‌भुत गोष्टी लक्षात रहातात**–आपल्या मेंदूचं एक वैशिष्ट्या म्हणजे, कोणतीही नेहमीपेक्षा निराळी, विचित्र, अद्‌भूत गोष्ट पाहिली की, ती आपण त्याकडे आकृष्ट होतो. ती गोष्ट आपल्या कायमची स्मरणात रहाते. उदाहरणार्थ एखादा खेळाडू एखादा कठीण खेळ डाव्या हातान खेळत असतो, एखादा अद्‌भुत शोध लागलेला असतो, एखादं अनोखं उपकरण बाजारात आलेलं असतं, जुनं गाणं अगदी नव्या पध्दतीनं कोणी गात असतं इत्यादी. अशा विचित्र गोष्टी दीर्घकाळ स्मरणात रहातात.
- **समानार्थी आणि विरूध्दार्थी**– एकाच अर्थाच्या शब्दांना समानार्थी तर विरूध्द अर्थाच्या शब्दांना विरूध्दार्थी म्हणतात.
- **समानार्थी शब्दांची उदाहरणं**– आनंदी=समाधानी, दुःखी= कष्टी, चढण=चढ, उतरंड=उतरणे, मिळविणे=प्राप्त करणे,
- **विरूध्दार्थी शब्दांची उदाहरणं**– उष्ण–थंड, उन्हाळा–हिवाळा, आत–बाहेर, काष्टाळू–आळशी
- **विश्रांती घ्या आणि काम करा**– छोटे छोटे ब्रेक घेत काम केल्यानं तरतरी कायम रहाते, कंटाळवाणं वाटत नाही. जे शिकलं जात आहे ते उत्तमप्रकारे लक्षात रहाण्यास मदत होते.
- **संगीत**– अनेकांना संगीत ऐकत अभ्यास, काम करणं आवडतं. कानावरून संगीत जात असताना बाकीच्या गोष्टींचा अडथळा होत नाही आणि मग जे काम केलं जात आहे तिथेच लक्ष केंद्रित रहातं. तुम्ही ज्यावेळेस निवांत असता त्यावेळेस संगीत लावा यामुळे तणाव दूर होतो. मन प्रसन्न रहातं.
- **मोठ्या आणि महत्वाच्या प्रकरणांची विभागणी**– एखादा प्रोजेक्ट करत असाल किंवा अभ्यास करत असताना महत्त्वाचं प्रकरण एकाच टप्प्यात कधीही अभ्यासू नका. त्याऐवजी त्याची विभागणी करा. यामुळे महत्त्वाची टिपणं काढता येतील आणि ती लक्षात ठेवणं सोपं जाईल.
- **सराव आणि उजळणी**– जगभरात सामान्यपणे वापरली जाणारी पध्दत आहे. सतत सराव करत रहाणे आणि प्रावीण्य मिळविणे हे सर्वच बाबतीत सोपे तंत्र आहे. शिकणे आणि लक्षात ठेवणे या प्रक्रियेत सराव आणि उजळणी महत्त्वाची आहे. जितकी जास्त उजळणी आणि सराव तितका विषय पक्का समजत जातो. प्रत्येक सरवानंतर, उजळणीनंतर विषय अधिक चांगल्याप्रकारे लक्षात रहाण्यास मदत होते. एखादा विषय विशिष्ट प्रकारानं लक्षात ठेवण्यासाठी सराव आणि उजळणी महत्त्वाची असते. प्रत्येक उजळणीनंतर तो विषय जास्त तपशिलात

आणि कमी वेळेत समजलेला असतो. ही उजळणी वाचून, लिहून, प्रात्यक्षिक करून केली जाते. विशेषतः पाठांतर करत असताना मोठ्या आवाजात केलं तर ते जास्त चांगल्या प्रकारे लक्षात रहातं. लहान मुलं पाढे, कविता मोठ्या आवाजात म्हणतात ते याच कारणासाठी. शिक्षणाची सुरवात केलेल्यांनी अशा प्रकारे मोठ्या आवाजात पाठांतराची सवय लावून घेतली पाहिजे. स्लो लर्नर्स किंवा ज्यांचं अभ्यासात लक्ष एकाग्र होत नाही अशा विद्यार्थ्यांनी मोठ्या आवाजात पाठांतर केल्यास अभ्यास चांगल्या प्रकारे लक्षात रहाण्यास मदत होते.

- एखादी पायवाट पडलेली असते म्हणजे काय? तर कोणी तरी सर्वप्रथम त्या वाटेवरून जातो आणि मग त्याचं अनुकरण करत बाकीचे त्या वाटेवरून पुनः पुन्हा जात रहातात आणि ती वाट तयार होते. त्याचप्रमाणे एखाद्या खडकावर सतत पाण्याची धार पडत राहिली तर त्या ठिकाणी खड्डा पडतो. ही दोन्हीही वारंवारितेची उत्तम उदाहरणं आहेत. म्हणूनच वारंवारीता अभ्यासाच्याबाबतीतही उत्तम काम करते.

- **प्रेरणा आणि स्फूर्ती**– ज्या ज्या वेळेस एखाद्या व्यक्तिला एखाद्या गोष्टीची प्रेरणा मिळते त्याचा सुप्तावस्थेतला मेंदू आपोआप कार्यरत होतो आणि त्याला प्रेरणा मिळते. अशा मनोवस्थेत केलेलं शिक्षण चांगलं लक्षात रहातं आणि त्याचा उपयोग आत्मविश्वास वाढविण्यासाठी होतो.

> **विशेष महत्त्वाचं:** हे प्रकरण दिवसातून तीनवेळेस दर चार तासांनी वाचा यामुळे ही सर्व तंत्रं लक्षात रहातील.

दि
व
स
18

# स्मरणशक्तीत सुधारणा– भाग 1

आज आपण तुमच्या स्मरणशक्तीची परिक्षा घ्यायची आहे. छोट्या छोट्या चाचपणीतून ही परिक्षा घेता येईल. मागच्या प्रकरणातून तुम्हाला तुमचा मेंदू कशाप्रकारे काम करतो याची कल्पना आलेलीच असेल. या प्रकरणातील छोट्या छोट्या चाचण्यांमुळे तुम्हाला तुमच्या मेंदूची क्षमता लक्षात यायला मदत होईल.

**चाचणी 1**– पुढे दिलेले शब्द काळजीपूर्वक वाचा आणि लक्षात ठेवण्याचा प्रयत्न करा. त्यानंतर हे शब्द एका कागदावर लिहून काढा. ते लिहिताना स्वतंत्र रकाने बनवा आणि त्यात वर्गवारीनुसार हे शब्द लिहा.

केळ, चंद्र, अस्वल, उंदीर, तारांगण, बिस्कीट, टोमॅटो, फूलपाखरू, खुर्ची, इंटरनेट, पेन, गाय, जिराफ, पेन्सिल, ग्रह, खडू, ससा, बटाटा, अंतराळयान, अंतराळवीर, झेब्रा, मीठ, मोर, रॉकेट, ईमेल, वाघ, वही, साखर, ज्युपिटर, बदाम, पृथ्वी, स्ट्रॉबेरी, बर्गर, मोबाईल, विमान, फ्रेन्चफ्राईज, तिकीट, लॅपटॉप.

वरील शब्द वाचल्यानंतर ते कोणत्या वर्गवारीत विभागता येतोल हे तुमच्या लक्षात आलं असेलच. त्यानुसार रकाने बनवा आणि त्यात ही माहिती भरा.

| S.No. | I | II | III | IV |
|---|---|---|---|---|
| 1. | Apple | Fish | Stars | Table |
| 2. | Banana | Bear | Galaxy | Chair |
| 3. | Tomato | Giraffe | Planets | Chalk |
| 4. | Potato | Zebra | Moon | Pencil |
| 5. | Strawberry | Rabbit | Spaceship | Notebook |
| 6. | Biscuits | Mouse | Astronaut | Pen |
| 7. | Sugar | Butterfly | Rocket | Laptop |
| 8. | Salt | Peacock | Aeroplane | Internet |
| 9. | French Fries | Tiger | Jupiter | Mobile |
| 10. | Burger | Cow | Earth | E-mails |
| 11. | Almonds | | Ticket | |

**चाचणी 2—** नातलग, आप्तेष्ट, मित्र यांचे वाढदिवस आणि लग्नाचे वाढदिवस यांच्या तारखा त्यांच्या नावासहित अद्याक्षराच्या क्रमवारीनुसार लिहून काढा. आता हे लक्षात कसे ठेवायचे ते पाहूया—

| | | | |
|---|---|---|---|
| Mr.Varinder Aggarwal | 24 January 19 | Mr.Vimal Jaitly | 9 January 1974 |
| Mr.Arun Sagar | 20 November 1968 | Mr.Piyush Aggarwal | 6 February 1977 |
| Mr.Vishal Mani | 15 April 1975 | Mr.Harinder Singh | 24 January 1954 |
| Dr.P.K.Gupta | 22 October 1956 | Mrs.Mamo Devi | 2 January 19 |
| Baby Ananya Singhal | 2 August 2011 | Mr.Aditya Gupta | 2 February 1989 |
| Miss Vibhu Aggarwal | 9 March 1995 | Mrs.Madhubala Nagar | 9 February 19 |
| Mr.Sanjay Singhal | 5 January 1973 | Mr.Sunil Madan | 7 March 1961 |
| Mr.Ashish Goel | 2 February 1982 | Mr.Raman Nagpal | 1 March 1975 |
| Mr.Raman Dua | 25 September 1979 | Miss Nikita Gupta | 21 October 19 |
| Mrs.Ranjana Aggarwal | 18 April 19 | Mr.Satpal Singh Bhatia | 25 May 1961 |
| Mr.Gautam Singhal | 12 March 1981 | Mr.Sanjay Verma | 1 July 1971 |
| Baby Diksha Bajaj | 5 May 2005 | Mr.Sunil Wadhwa | 18 December 19 |
| Mr.Avnish Gupta | 1 May 1987 | Mr.Abhishek Saxena | 5 July 1980 |

| | | | |
|---|---|---|---|
| Mr.Ranjeet Singh Bisht | 14 June 1980 | Mr.Naresh Kumar Bajaj | 25 May 1979 |
| Mr.Satish Kumar Aggarwal | 25 June 1974 | Mrs.Neha Chandel | 27 July 19 |
| Mr.Vikas Gupta | 8 July 1985 | Mr.Ayush Aggarwal | 3 August 1996 |
| Mr.Sanjay Dhama | 1 July 1973 | Mr.Karan Chawla | 12 August 1984 |
| Mr.Manjeet Singh Bisht | 30 August 1978 | Mr.Anil Kumar Mahajan | 25 October 1965 |
| Mr.Umesh Sharma | 20 December 1956 | Mr.Lalit Saini | 22 September 1981 |
| Mr.Kamal Kant Kalra | 4 December 1979 | Dr.Himanshi Verma | 21 December 19 |
| Mr.Chandan Pawar | 23 September 1975 | Mr.Gaurav Chawla | 31 October 1979 |
| Mr.Girish Bhandari | 26 August 19 | Dr.Kamal Kumar Kapoor | 2 December 1974 |
| Mr.Sanjeev Kumar | 27 December 19 | Mr.Amit Girdhar | 15 January 1975 |
| Mr.Amit Saxena | 31 December 1983 | Mr.Vikram Sharma | 27 December 1975 |
| Mr.Rajinder S Ahluwalia | 26 August 1966 | Mr.Suresh Kumar Garg | 15 March 1957 |
| Mr.Nitin Gupta | 1 December 19 | Mr.Prashant Kapoor | 6 November 1995 |
| Mr.Amit Puri | 1 April 1978 | Anil Kumar | 14 April 1975 |

**टीप 1—** पहिली वर्गवारी महिन्यानुसार करा. म्हणजे जानेवारी महिन्यात ज्यांचे ज्यांचे महत्त्वाचे दिवस आहेत ते वेगळे काढा आणि तारखेपासून उतरत्या क्रमानं ते लिहा, लक्षात ठेवा.

**टीप 2—** आपल्या वाढदिवसाशी मेळ खाणाऱ्या तारखा लक्षात ठेवा, म्हणजे समजा माझा वाढदिवस जानेवारी महिन्यात 24 तारखेला आहे तर तो 2 नं भागाकार जाणारा आहे; मग ज्यांच्या ज्यांच्या महत्त्वाच्या तारखा दोननं भाग जातात त्यांची वर्गवारी निराळी करा आणि लक्षात ठेवा. किंवा अशाच प्रकारे सम आणि विषम तारखांची वर्गवारी करून लक्षात ठेवा.

**टीप 3—** प्रत्येक वर्षी या सर्वांना ई मेलद्वारे, पोस्टकार्ड, भेटकार्डद्वारे किंवा एसएमएसद्वारे शुभेच्छा द्या. यामुळे तुमचे नातेसंबंध सुधारण्यास मदत होते.

| JANUARY | | FEBRUARY | |
|---|---|---|---|
| Mrs.Mamo Devi | 2 January 19 | Mr.Aditya Gupta | 2 February 1989 |
| Mr.Sanjay Singhal | 5 January 1973 | Mr.Ashish Goel | 2 February 1982 |
| Mr.Vimal Jaitly | 9 January 1974 | Mr.Piyush Aggarwal | 6 February 1977 |
| Mr.Amit Girdhar | 15 January 1975 | Mrs.Madhubala Nagar | 9 February 19 |
| Mr.Varinder Aggarwal | 24 January 19 | | |
| Mr.Harinder Singh | 24 January 1954 | | |
| Mr.Pushpesh Dhingra | 24 January 1973 | | |

| MARCH | | APRIL | |
|---|---|---|---|
| Mr.Raman Nagpal | 1 March 1975 | Mr.Amit Puri | 1 April 1978 |
| Mr.Sunil Madan | 7 March 1961 | Anil Kumar | 14 April 1975 |
| Miss Vibhu Aggarwal | 9 March 1995 | Mr.Vishal Mani | 15 April 1975 |
| Mr.Gautam Singhal | 12 March 1981 | Mrs.Ranjana Aggarwal | 18 April 19 |
| Mr.Suresh Kumar Garg | 15 March 1957 | | |

| MAY | | JUNE | |
|---|---|---|---|
| Mr.Avnish Gupta | 1 May 1987 | Mr.Ranjeet Singh Bisht | 14 June 1980 |
| Baby Diksha Bajaj | 5 May 2005 | Mr.Satish Kumar Aggarwal | 25 June 1974 |
| Mr.Satpal Singh Bhatia | 25 May 1961 | | |
| Mr.Naresh Kumar Bajaj | 25 May 1979 | | |

| JULY | | AUGUST | |
|---|---|---|---|
| Mr.Sanjay Verma | 1 July 1971 | Baby Ananya Singhal | 2 August 2011 |
| Mr.Sanjay Dhama | 1 July 1973 | Mr.Ayush Aggarwal | 3 August 1996 |
| Mr.Abhishek Saxena | 5 July 1980 | Mr.Karan Chawla | 12 August 1984 |
| Mrs.Neha Chandel | 27 July 19 | Mr.Rajinder S Ahluwalia | 26 August 1966 |
| Mr.Vikas Gupta | 8 July 1985 | Mr.Girish Bhandari | 26 August 19 |
| | | Mr.Manjeet Singh Bisht | 30 August 1978 |

| SEPTEMBER | | OCTOBER | |
|---|---|---|---|
| Mr.Lalit Saini | 22 September 1981 | Miss Nikita Gupta | 21 October 19 |
| Mr.Chandan Pawar | 23 September 1975 | Dr.P.K.Gupta | 22 October 1956 |
| Mr.Raman Dua | 25 September 1979 | Mr.Anil Kumar Mahajan | 25 October 1965 |
| | | Mr.Gaurav Chawla | 31 October 1979 |

इम्बुळ युवर मेमरी पॉवर

| NOVEMBER | | DECEMBER | |
| --- | --- | --- | --- |
| Mr.Prashant Kapoor | 6 November 1995 | Mr.Nitin Gupta | 1 December 19 |
| Mr.Arun Sagar | 20 November 1968 | Dr.Kamal Kumar Kapoor | 2 December 1974 |
| Mr.Rajeev Goyal | 26 November 1984 | Mr.Kamal Kant Kalra | 4 December 1979 |
| | | Mr.Sunil Wadhwa | 18 December 19 |
| | | Mr.Umesh Sharma | 20 December 1956 |
| | | Dr.Himanshi Verma | 21 December 1973 |
| | | Mr.Sanjeev Kumar | 27 December 19 |
| | | Mr.Vikram Sharma | 27 December 1975 |
| | | Mr.Amit Saxena | 31 December 1983 |

स्मरणशक्तीत सुधारणा- भाग 1

दि
व
स
19

# स्मरणशक्तीत सुधारणा– भाग 2

या प्रकरणातल्या तंत्रात प्रथम आपण मोठ्या अक्षर समुहातून विविध शब्द बनवायला शिकणार आहोत. यामुळे तल्लखपणे विचार करण्याची सवय लागते. मात्र शब्द बनविताना एक अक्षर एकदाच वापरलं गेलं पाहिजे ही अट आहे. चला तर मग सुरवात करूया–

**शब्दसमूह 1**– ण अ इ ढ ख ठ ड ढ ए

| | | | | | |
|---|---|---|---|---|---|
| इएढढएठ | इएढ | इएडढ | इखढढएठ | इणढढएठ | इअढ |
| इएऊ | इएङढ | ढएडढ | ढएडढएठ | ढएडढएऊ | ढठएअढ |
| डएढ | डएढढङए | डएअढ | ........, | ........, | ....... |

**शब्दसमूह 2**– उ ए क ढ ड ठ अ

| | | | | | |
|---|---|---|---|---|---|
| उअठए | ठअउए | एअठ | अउए | अठए | उअठ |
| उअडक | अडक | कअड | कअढ | ठअढ | उअढ |
| ढएअठ | डएअढ | ढएअउक | ......, | .........., | ........ |

**शब्दसमूह 3**– ज ढ ऋ अ ए ड

| | | | | | |
|---|---|---|---|---|---|
| ऋजअढ | ऋअढए | ढअऋ | डढअऋए | डढअऋ | डअऋए |
| ऋएढ | अढए | ऋजढ | जअढड | ........, | ......... |

खालील शब्द कोड्यातील केवळ खाण्याच्या पदार्थांना शोधून काढा.

**आजची तारीख :** / / /
(कृपया पेन्सिलनं लिहावे)

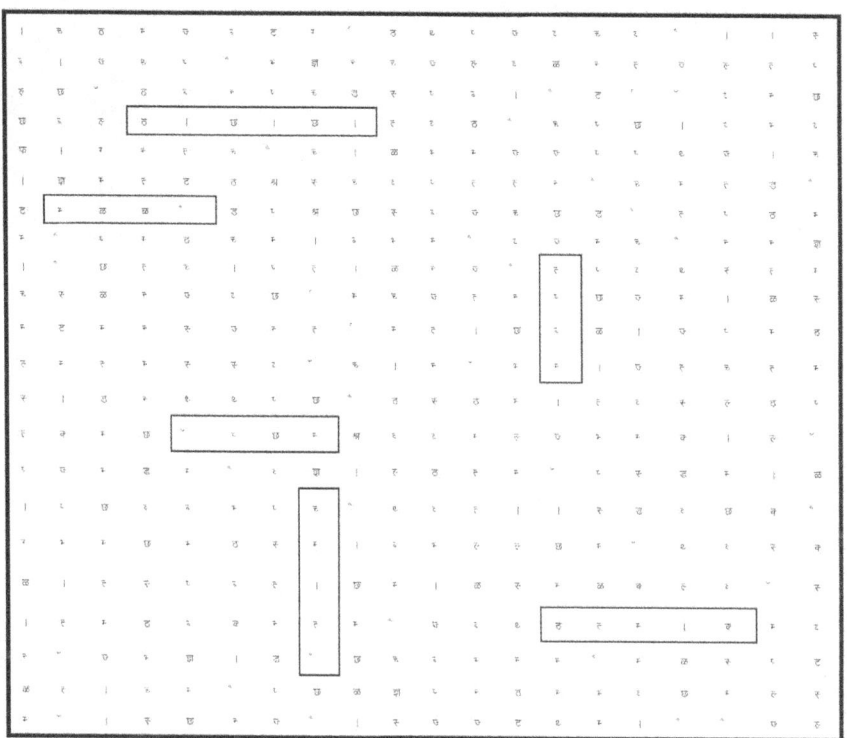

**विशेष महत्त्वाचं:** सराव, सराव आणि सराव

दिवस 20

# सांकेतिक भाषा

सांकेतिकभाषा म्हणजे एखादी गोष्ट निराळया पध्दतीनं मांडणे आणि लक्षात ठेवणे म्हणजे अक्षरांऐवजी संख्या किंवा संख्यांऐवजी चित्रं इत्यादी. पुढे काही उदाहरणं दिलेली आहेत त्यानुसार तुम्ही तुमची स्वतःची सांकेतिकभाषा बनवू शकाल.

## संख्यांसाठी सांकेतिक शब्द

**सराव 1–**

एक————————केक

दोन————————फोन

तीन————————पिन

चार————————दार

पाच————————काच

सहा————————गुहा

सात————————भात

आठ————————ताट

नऊ————————गहू

दहा————————पहा

आता एखादा दूरध्वनी क्रमांक अशाप्रकारे लक्षात ठेवा

उदाहरणार्थ 93216...

**आजची तारीख :** / / /
(कृपया पेन्सिलनं लिहावे)

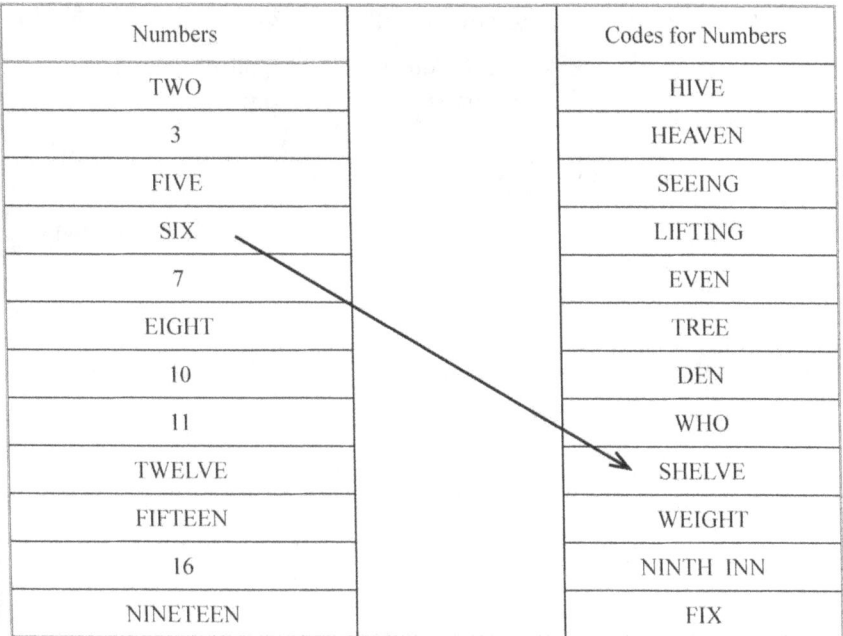

| Numbers | | Codes for Numbers |
|---|---|---|
| TWO | | HIVE |
| 3 | | HEAVEN |
| FIVE | | SEEING |
| SIX | | LIFTING |
| 7 | | EVEN |
| EIGHT | | TREE |
| 10 | | DEN |
| 11 | | WHO |
| TWELVE | | SHELVE |
| FIFTEEN | | WEIGHT |
| 16 | | NINTH INN |
| NINETEEN | | FIX |

गहू पिन फोन केक गुहा...

**सराव 2**– याचप्रकारे आपण अक्षरांना संख्यांमध्ये रूपांतरित करू शकू–

इथे सोयीसाठी इंग्रजी भाषेतील उदाहरण देत आहे, याप्रमाणे तुम्ही मराठीतही बनवू शकाल

न–0 अ–1, इ–2, उ–3 , ऊ–4 , ए– 5 , – 6 , ऋ– 7 , क–8 , ख–9

10 = अन, 34 = उऊ, 76 = ऋ, 90 = खन

इऋ = 27 कऊ = 84 खऊ = 94 ख = 69

अशा प्रकारे तुम्ही तुमची स्वतःची सांकेतिक भाषाही बनवू शकाल. यामुळे मेंदू एका वेगळया पध्दतीनं विचार करायला लागतो.

## सराव–3

आता वाणसामानाची यादी अशा प्रकारे बनविता येते का पाहू–

| सामानाची यादी | सांकेतिक शब्द | परवलीचा शब्द |
|---|---|---|
| आरसा | माझे सुंदर केस | गाडीच्या काचेतलं प्रतिबिंब |
| डिटर्जंट | स्वच्छतेचा अनुभव आवडणारा सुगंध | रस्त्यावरून जाणाऱ्याचा शुभ्र शर्ट |

| | | |
|---|---|---|
| टुथब्रश | माझे चमकदार दात | दुकानदाराचे घाणेरडे दात |
| चहा | सकाळच्या वेळेस मला आवडणारा सुगंध | दुकानदार चहाचे घुटके घेत आहे |
| चॉकलेट | चवि–माझा आवडता पदार्थ | लहान मूल रस्त्यावरून खात चाललं होतं |
| गिरमीट | पेन्सिलचं धारदार टोक | कंपासबॉकसमध्ये पेन्सिलचं टोक तुटलं |
| औषधं | आजोबांची जीवदायिनी | बाजूचे आजोबा खोकतायत |
| मोबाईल बॅटरी चार्जर | माझं माझ्या मोबाईल शिवाय चालत नाही | मोबाईलच्या बॅटरीचा लो बिप |

दिवस 21

# विद्यार्थ्यांसाठी विशेष टिप्स

विद्यार्थीवर्गानं हे लक्षात घेतलं पाहिजे की, अभ्यासात दैदिप्यमान यश आणि प्रगती साधायची असेल तर उत्तम स्मरणशक्तीला पर्याय नाही. काळाच्या ओघात शिक्षणक्षेत्रात आणि शिक्षणपध्दतीत प्रचंड बदल झालेले आहेत, होत आहेत. पूर्वी सविस्तर उत्तरं लिहिणं अपेक्षित असायचं आता छोटी किंवा पर्यायात्मक उत्तरं अपेक्षित असतात. प्रष्नांची संख्या वाढलेली आहे आणि गुणही त्यानुसार विभागले गेले आहेत. पूर्वी एका प्रष्नाला सोळा अठरा गुण असायचे तिथे आता प्रत्येक अचूक पर्याय निवडण्याला दोन गुण असतात शिवाय बऱ्याच परिक्षांना निगेटिव्ह मार्किंगही असतं. हा परिक्षा पध्दतीचा नवा पॅटर्न विद्यार्थ्यांना अधिक सतर्क बनवितो आहे. म्हणूनच एखाद दोन गुणांनीही संधी हुकण्याचं प्रमाण वाढतं आहे.

केवळ परिक्षेच्याबाबतीतच नाही तर पुढे जाऊन करियरमध्ये आणि उर्वरीत आयुष्यातही उत्तम स्मरणशक्तीचे फायदेच होतात. मानसोपचारतज्ज्ञांच्यामते सर्वच विद्यार्थ्यांची स्मरणशक्ती साधारण सारख्याच पध्दतीची असते. अगदी थोड्या विद्यार्थ्यांची स्मरणशक्ती खूपच तल्लख असते अथवा खूपच कमी मंद असतात. मात्र कोणाची स्मरणशक्ती कशी साथ देते हे अनेक घटकांवर अवलंबून असतं.

नोकरदार व्यक्तिंच्याबाबतीत कंटाळवाणं काम, कामाच्या वेळा अनिष्चित आणि खूप जास्त असणं हे सगळं स्मरणशक्तीवर परिणाम करणारं

**आजची तारीख :** / / /
(कृपया पेन्सिलनं लिहावे)

असतं. आपल्याला ज्या गोष्टी फार महत्त्वाच्या वाटत नाहीत किंवा ज्यांच्या आठवणी नकोशा असतात त्या गोष्टी आपण विस्मृतीत घालवितो. याउलट आपल्याला आवडणाऱ्या गोष्टी आपण कधीच विसरत नाही. आपण एखाद्या पर्यटनस्थळाला भेट द्यायला जातो त्यावेळेस तिथला एखादा सुंदर देखावा आपल्या मनावर कोरला जातो आणि तो आयुष्यभर विसरला जात नाही. पुढील आयुष्यात ज्या ज्या वेळेस याच्याशी संबंधित एखादी घटना घडते त्या त्या वेळेस त्याच जुन्या चित्तवृत्ती पुन्हा जाग्या होतात आणि तोच त्या वेळेस अनुभवलेला आनंद पुन्हा नव्यानं अनुभवला जातो.

लहान मुलांच्या बाबतीत, जी मुलं अभ्यासात हुशार असतात त्यांची स्मरणशक्ती तरतरीत असतेच शिवाय त्यांना अभ्यासाचा कंटाळाही असत नाही. त्या उलट अभ्यासात मंदगती असणाऱ्या मुलांना अभ्यासात रसच नसतो असं आढळून येईल. म्हणूनच एक चांगलं हुशार, सकारात्मक व्यक्तिमत्व बनवायचं असेल तर स्मरणशक्ती सुधारणं महत्त्वाचं आहे. खालील तंत्रांच्या मदतीनं कोणत्याही वयोगटातील व्यक्तिंना विशेषतः विद्यार्थ्यांना त्यांच्या स्मरणशक्तीत सुधारणा करता येईल.-

## ध्येय निश्चित करून त्यावर लक्ष केंद्रित करा

ध्येय निष्चित झालं की मग त्यानुसार वाटचाल करता येते म्हणून ध्येय निष्चित करणं हे खूप महत्त्वाचं आहे. अगदी मला मोठं झाल्यावर अमूक बनायचं आहे इतकं दीर्घ पल्ल्याचं ध्येय ठेवलं नाही तरीही चालेल. छोट्या छोट्या ध्येयांपासून सुरवात करा. म्हणजे हा अमूक धडा मला अगदी व्यवस्थित लक्षात ठेवायचा आहे, त्यावर आधारित कोणताही प्रष्न विचारला गेला तरीही मला त्याचं उत्तर आठवलं पाहिजे. मला या आठवडाभरात दोन ते पंधरा पाढे पाठ करायचे आहेत, या सप्ताहातल्या चाचणीत मला दहापैकी किमान सात गुण मिळालेच पाहिजेत. अशी छोटी ध्येयं

तुम्हाला मोठ्या ध्येयांसाठी तयार करत असतात. यावेळी वार्षिक परिक्षेत मला अमूक टक्के गुण मिळालेच पाहिजेत असं धास्तावलेलं ध्येय घेऊन सुरवात न करता छोट्या छोट्या ध्येयांच्या मदतीनं हा टप्पा गाठा.

## अभ्यासात रस घ्या

अभ्यास कितीही कंटाळवाणा वाटला तरीही त्यात थोडा थोडा रस घ्यायला काहीच हरकत नाही. तुमच्या आवडीच्या विषयांपासून सुरवात करा. आवडीच्या विषयांच्या मध्ये नावडते विषय थोडे थोडे करत जा म्हणजे अभ्यास कंटाळवाणा वाटणार नाही. उदाहरणार्थ तुम्हाला गणिताचा अगदी राग आहे मात्र मराठी खूप आवडतं तर सुरवात मराठीनं त्यातूनही आवडत्या धड्याच्या अभ्यासानं करा. म्हणजे तुम्हाला कविता आवडत असतील तर कविता म्हणून सुरवात करा. मग त्यातून ब्रेक घेऊन थोडा वेळ गणिताचा अभ्यास करा आणि परत मराठीकडे वळा. यामुळे गणित करताना कंटाळवाणं वाटत असेल तर ते होणार नाही. गंमत म्हणजे ज्यावेळेस तुम्हाला गणितात चांगले गुण मिळतील त्यावेळेपासून तुमचा या विषयातला रस आपोआपच वाढेल.

थोड्यां मोठ्या विद्यार्थ्यांच्याबाबतीत सांगायचं तर विषयातला रस वाढविला तर तो मुळापासून समजावून घेता येतो आणि मग त्यात प्रावीण्यही मिळविता येतं म्हणून मुळात रस वाटणं किंवा वाटून घेणं महत्त्वाचं.

## मन शांत ठेवा

मन शांत असेल तर सगळं व्यवस्थित होतं मात्र हेच सर्वात किचकट आणि कठीण काम आहे. मन म्हणजे निसर्गनिर्मित सुपरकॉम्प्युटर आहे. अनेक घडामोडी, बारीक सारीक नोंदी, तपशील टिपण्याचं, त्यावर विचार करत रहाण्याचं कार्य अव्याहत याठिकाणी होत असतं. आपल्या विचारप्रक्रियेवर आणि मनस्वास्थ्यावर याचा थेट परिणाम होत असतो हे लक्षात घ्या. आपले विचार चांगले आणि सकारात्मक असतील तर आपल्याला परिणामही चांगले दिसतात हे लक्षात घेतलं तर सकारात्मक विचारांचं महत्त्व लक्षात येईल.

मनाबद्दल इतकं विस्तारानं सांगण्याचं कारण म्हणजे, त्याचा आपल्या एकूण विचारांवर होत असणारा परिणाम लक्षात यावा आणि त्याचं महत्त्व समजावं इतकाच होता. त्यामुळे इथून पुढे नकारात्मक विचार आणि त्यावर विचार करण्यात घालविला जाणारा वेळ आपण वाचवू शकू आणि तो वेळ काहीतरी सकारात्मक आणि सृजनात्मक विचार करण्यावर घालवू. याचा परिणाम आपलं व्यक्तिमत्त्व घडण्यावर आणि वैयक्तिक प्रगतीवर होत असतो.

मन शांत आणि स्थिर शिवाय सकारात्मक, आनंदी विचार करणारं असेल तर आपल्या शिकण्याची प्रक्रिया सुरळीत होत असते. रोजच्या रोजच आनंदी आणि ताजंतवानं वाटण्यासाठी याचा खूप फायदा होतो.

## विषय समजून घ्या

एखादा विषय समजावून घेत अभ्यासला म्हणजे मग त्यात रस निर्माण होतो आणि तो लक्षात ठेवणं अधिक सोपं, सुलभ होतं. नुसतच पाठांतरही करून चालणार नाही कारण यामुळे जे लक्षात रहातं ते त्यावेळेपुरतं असतं. एखादा विषय मुळापासून समजण्यासाठी तो समजावून घेणं महत्त्वाचं असतं.

## विचार करा आणि खोलवर मूल्यमापन करा

तुम्ही जे वाचत, शिकत आहात त्याचा वरचेवर खोलवर विचार करा, त्या विषयाच्या आकलनाचं मूल्यमापन करा. या विषयाशी संबंधित काही कार्यशाळा, चर्चासत्रं असतील तर त्यांना आवर्जून उपस्थित रहा. प्रसार माध्यमातून यासंदर्भात ज्या बातम्या येतात त्यांच्याकडे लक्ष ठेवा. यामुळे विषय मुळापासून शिकण्यास मदत होईल.

## लक्षात ठेवण्याचं तंत्र

वर सांगितलेल्या तंत्रांशिवाय या पुस्तकात इतरत्र वेळोवेळी सांगितलेली तंत्रंही शिकून आत्मसात करा. यामुळे विषय लक्षात ठेवण्यास मदत होईल. परिक्षेपूर्वी काही दिवस या तंत्रांची उजळणी करा. केवळ अभ्यासावरच लक्ष केंद्रित करणं यामुळे शक्य होईल त्याचप्रमाणे लक्ष विचलित होणार नाही.

चर्चा करा, संवाद साधा–इतरांशी विषयाशी संबंधीत चर्चेमुळे तो चांगल्याप्रकारे समजण्यास आणि लक्षात रहाण्यास मदत होते. तुमचं ज्यांच्याशी छान पटतं अशांसोबत चर्चा केल्यास तो विषय अधिकच चांगल्या प्रकारे लक्षात रहातो. चांगल्या विचारांची देवाणघेवाण करत राहिल्यानं मेंदूची चांगली वैचारिक बैठक तयार होते असं विचारवंत वरचेवर सांगत आले आहेत त्यामागे हेच कारण आहे. चांगल्या सकारात्मक विचारांचे लोक आपल्या आजूबाजूला असतील तर त्यांच्या सहवासानं आपले विचारही सकारात्मक आनंदी होतात आणि त्याचा फायदाच होतो. म्हणून नेहमी अशाच लोकांशी विचारांची देवाणघेवाण करा.

## स्वतःची सृजननिर्मिती

तुम्हाला एखादा विषय समजावून घ्यायचा असेल तर त्याचा सर्वोत्तम मार्ग कोणता हे केवळ आणि केवळ तुम्हालाच माहीत असतं. स्वतःची प्रत्येकाची स्वतंत्र अशी एक पध्दत असू शकते. म्हणूनच तुम्हाला कोणत्या पध्दतीनं एखादा विषय चांगल्या प्रकारे समजू शकेल हे ओळखा आणि त्या मार्गानं पुढे जा. त्याचप्रमाणे एखादा सृजन आनंद मिळवून देणारा छंदही आवर्जून जोपासा यामुळे मन आनंदी रहातं आणि आपल्याला एव्हाना पक्कं समजलं आहे की, आनंदी मन कोणताही विषय उत्तम प्रकारे समजून घेऊ शकतं.

## दैनंदिनी लिहा

दैनंदिनी लिहिणं हे तणावमुक्त होण्याचं सर्वात सोपं साधन आहे. दिवसभरात काय काय घडलं हे लिहिल्यानं दिवसभरातल्या नकारात्मक भावनांपासून मुक्तता मिळते. असा एक समज आहे की, ज्यांना तणाव असतो त्यांनीच दैनंदिनी लिहावी मात्र तसं काही नाही. आनंदी दिवस गेला तरीही दैनंदिनी लिहिण्यास हरकत नाही, उलट दिवसभरातल्या आनंदी क्षणांना पुन्हा एक उजाळा मिळेल आणि पुन्हा एकदा आनंदी होण्याचं कारण मिळेल. दिवसभरातले सर्व बारिकसारीक तपशील या डायरीत लिहा.

## मोठयांदा वाचा आणि सराव करा

शिकणं आणि लक्षात ठेवणं हे तीन मार्गांनी करता येतं, वाचून, लिहून आणि ऐकून. यापैकी वाचनाच्या टप्प्यावर मोठयांदा स्वतःलाच ऐकायला येईल अशा आवाजात वाचन करावं यामुळे मेंदू ते चांगल्या प्रकारे लक्षात ठेवतो. त्याचप्रमाणे लिखाण करतानाही जोरात उच्चारण करत करावं म्हणजे ते लक्षात ठेवण्यास मदत होते.

## एकाच बैठकीत प्रकरण संपवा

कोणतंही प्रकरण अभ्यास करत असताना ते एकाच बैठकीत संपविण्याकडे कटाक्ष असला पाहिजे. अभ्यास करताना एक ताल लागलेला असतो त्यामुळे तो तुटू न देता एकाच बैठकीत एक पूर्ण प्रकरण अभ्यासलं तर ते चांगलं लक्षात रहातं. तुकड्या तुकड्यात एखादं प्रकरण अभ्यासलं विशेषतः समजण्यास कठीण प्रकरण, तर मेंदूवर ते समजावून घेण्याचा अतिरिक्त ताण पडतो. म्हणूनच एका बैठकीत एक प्रकरण अभ्यासण्याची सवय लावून घ्या.

**विशेष महत्त्वाचंः** हे प्रकरण तीन ते चार वेळा लक्षपूर्वक वाचा. यामुळे या संपूर्ण प्रक्रियेची तंत्रं लक्षात येतील. हळूहळू या तंत्रांवर प्रभुत्व मिळविण्यासाठी वरचेवर सराव महत्त्वाचा आहे.

दिवस 22

# अभ्यासाच्या तणावाशी जुळवून घ्या

या प्रकरणात आपण एकूणच अलिकडच्या बदललेल्या जीवनशैलीत तणावाचं वाढलेलं प्रमाण आणि त्यावर मात कशी करता येईल याबाबत चर्चा करणार आहोत. हा तणाव विद्यार्थी दशेवर कशा प्रकारे नकारात्मक परिणाम करतो आहे हेदेखील आपण समजून घेण्याचा प्रयत्न करणार आहोत. वयाच्या प्रत्येक टप्प्यावर तणाव भेडसावतो आहे. एकदा का तणावाची कारणं समजली की मग त्यावर मात करणं सोपं होतं. पुढे अशा प्रकारची परिस्थिती ओढावू नये म्हणून आधीपासूनच तयार रहाता येतं. तणावाशी यशस्वीरित्या सामना करणं जमलं की, मग दैनंदिन जीवन सुसह्य होतं. सर्वप्रथम विद्यार्थी ज्या सामान्य तक्रारींना सामोरे जातात आणि त्यामुळे त्यांना व्यत्यय जाणवतो त्या गोष्टी पाहू.

## वेळेचं नियोजन

विद्यार्थीदशेत वेळेचं नियोजन फारच महत्त्वाचं असतं. या कालखंडातल्या सर्व 'ॲक्टिव्हिटी' या वेळापत्रकाशी बांधलेल्या असतात आणि त्या तशाच असाव्यात. मात्र एकच गोष्ट वेळापत्राकशी ठाम नसते

**आजची तारीख :** / / /
(कृपया पेन्सिलनं लिहावे)

आणि ती म्हणजे अभ्यास. हुशार मुलं आपल्या अभ्यासाचं नियोजन योग्य पध्दतीनं करनान. अभ्यासाचं योग्य पध्दतीनं वेळापत्रक आखलं की मग सर्व अभ्यासक्रम हाताळता येणं शक्य होतं. अशा प्रकारे वेळेचं नियोजन केल्यानं अभ्यासाचा तणाव निर्माण होतच नाही आणि मन शांत, स्थिर रहातं.

## सुव्यवस्थितपणा राखा

तुम्ही ज्या पध्दतीनं अभ्यास करणार आहात तिच्यन सुव्यवस्थितपणा असला पाहिजे. जिथे अभ्यास करणार आहात ते ठिकाण स्वच्छ आणि टापटीप असलं पाहिजे. उगाचच पसारा करून अभ्यास करू नये. टेबल नीट आवरलेलं असावं. यामुळे वातावरणात एक प्रकारची शिस्त रहाते. सर्व वस्तू जागच्या जागी असल्या पाहिजेत. स्टेशनरी सामान एकाच जागी सापडेल असं असलं पाहिजे. पुस्तकं, वह्या या क्रमानं लावलेल्या असल्या पाहिजेत. जर अशा प्रकारे शिस्तीत रहाण्याची सवय नसेल तर ऐनवेळेस अगदी अभ्यासाला बसताना चित्त नेहमी सैरभैर रहातं.

## वातावरण प्रसन्न असलं पाहिजे

अभ्यासाच्या ठिकाणी, अभ्यास करताना कोलाहल, गोंधळ असू नये. कौटुंबिक वातावरणही महत्त्वाचं असतं. कुटुंबात जर सतत तणावपूर्ण वातावरण असेल तर अभ्यासावर त्याचा परिणाम होण्याची शक्यता असते म्हणून पालकांनी अशा प्रकारची वातावरणनिर्मिती करावी जेणे करून पाल्याला अभ्यासासाठी पोषक वातावरण मिळेल. अशाप्रकारच्या वातावरणात चित्तवृत्ती प्रसन्न रहातात आणि अभ्यास उत्तम प्रकारे होतो.

## शिकण्याच्या विविध पध्दती

प्रत्येकाची शिकण्याची एक विशिष्ट पध्दत आणि कुवत असते. कोणी एकपाठी असतं तर कोणी सतत पाठांतर करत रहातं. अशा प्रकारे आपल्याला कोणत्या पध्दतीनं सहजतेनं शिकता येतंय हे ज्याचं त्याला माहीत असतं त्यानुसार एक पध्दत निष्चित करावी. कोणाला मनातल्या मनात वाचून जास्त लक्षात रहातं तर कोणाला फेऱ्या मारत हळू आवाजात वाचलेलं, कोणाला मोठयांदा वाचून तर कोणाला बसून. प्रत्येकाची पध्दत निराळी असते. कदाचीत एखाद्या विषयाची मागणी निराळया पध्दतीनं अभ्यास करण्याची असेल तर त्या पध्दतीनं अभ्यास करावा.

## ध्येयप्राप्तीनंतरच्या यशाची जाणीव

परिक्षेत उत्तम गुण मिळविलेल्या विद्यार्थ्याला, स्पर्धा परिक्षेत यश मिळविलेल्या विद्यार्थ्याला जरूर भेटावं, न्युनगंड न बाळगता त्याला मिळणारं कौतुक आणि आदर बघावं. अशा प्रकारचं कौतुक आपल्याला मिळवावसं वाटत असेल तर थोड्या कष्टची तयारी असली पाहिजे. यामुळे विद्यार्थ्यांनाही कष्टाचं फळ कशाप्रकारे सुमधुर असतं

याची जाणीव होते. अशा विद्यार्थ्यांच्या यशामुळे प्रेरणाही मिळते आणि स्फूर्तीही.

## 'मला हे जमणारच आहे' असा सकारात्मक, आशावादी दृष्टिकोन बाळगा

एखाद्याच्या यशामुळे प्रेरणा मिळणं खूप सहज असतं मात्र जोपर्यंत विद्यार्थ्याला 'मला हे जमणारच आहे' असं वाटत नाही तोपर्यंत या प्रेरणेला काही अर्थ असत नाही. म्हणून यश पाहून हुरळून न जाता जमिनीवर राहून प्रयत्न करा आणि येणाऱ्या संकटांचा मुकाबला करत मला हे जमणार आहे असं ठामपणानं म्हणत रहा.

## 'अपग्रेड' होत रहा

शाळा हे एक असं व्यासपीठ आहे जिथे मुलांना अनेकांगांनं विकासाची संधी मिळत असते. या संधीला हातची घालवत जाऊ नका. मिळालेल्या प्रत्येक छोट्या मोठ्या संधीचा लाभ घेत चला. इतरांहून पुढे रहाण्याची संधी यानिमित्तानं मिळत असते आणि पुढील आयुष्यातील सर्वांगिण विकासासाठी हे आवष्यकही असतं.

## पुरेशी झोप आणि आराम

प्रत्येकाला पुरेशी झोप मिळणं अत्यावष्यक असतं. सामान्यपणे सहा ते आठ तासांची विनाव्यत्यय झोप पुरेशी मानली गेली असली तरीही प्रत्येकाची गरज निराळी असते. मात्र अतीझोपाळूपणामुळे अभ्यासाचे तास तर तुम्ही वाया घालवत नाहीत नां याचीही खबरदारी घ्या. पुरेशी विश्रांती मिळाल्यानं मेंदू ताजा रहातो आणि अभ्यास केलेला लक्षात रहाण्यास मदत होते. पुरेशा आणि गाढ झोपेला 'स्ट्रेस बस्टर' अर्थात तणावमुक्तीचं साधनही मानलं गेलं आहे. झोप अपुरी असेल तर तणाव आणि काळजी यांचा गुणाकार होत जातो.

## शांत आणि निवांत रहा, तणाव टाळा

खूप वेळ अभ्यास करत रहाण्यासाठी सर्वात जास्त गरज कशाची असेल तर ती मन तणावमुक्त राखण्याची. यासाठी ते नेहमी शांत आणि निवांत असलं पाहिजे. दहावी, बारावी, काही स्पर्धात्मक परिक्षा किंवा पुढील आयुष्यातील परिक्षांसाठी तासन् तास अभ्यास करण्याची गरज असते. मात्र हे करत असताना त्या अभ्यासाचा तणावही निर्माण होतो. यासाठी छोट्या छोट्या ब्रेकमधून नियोजन केलं तर तणाव निर्माण होत नाही.

हे सगळं सुनियोजितपणानं करण्यासाठी खाली काही 'डूज् अॅण्ड डोण्टस्' दिलेले आहेत.–

## हे करा

- शक्यतो बंद खोलीत अभ्यास करा. कमीत कमी अडथळे येतील, त्रास होईल अशा ठिकाणी अभ्यासाला बसू नका.–
- उजेड डोळयांवर थेट पडेल अशा प्रकारे अभ्यासाला बसू नये यामुळे डोळयांवर ताण येऊन थकवा येण्याची शक्यता असते.
- नोटस् काढताना त्या पांढऱ्या कागदावर काढाव्यात. हा कागद जाड असला पाहिजे. पानाच्या दुसऱ्या बाजूला अक्षरं उमटतील अशाप्रकारे नोटस् काढल्या तर त्या सुस्पष्ट होतात.
- काही घरगुती कामांची जबाबदारी तुमच्यावर असेल तर ती कामं पूर्ण करून मग अभ्यासाला बसा. यामुळे अभ्यासात असताना कामांच्या विचारानं अडथळा येणार नाही.
- अधून मधून 3–5 मिनिटांचेच छोटे ब्रेक घ्या. कधीकधी अभ्यास करताना एकसारखा सतत अभ्यास केल्यानं डोकं जड होतं, डोळे जडावतात, वाचत असलेला विषय क्लिष्ट असल्याचं आकलन होत, अचानकच कंटाळल्यासारखं होऊ लागतं. अशावेळेस हे छोटे ब्रेक घ्यावेत.
- या छोट्या ब्रेकमध्ये काय करावं? तर, एखादं गरम पेय प्यावं, कोमट पाणी सर्वोत्तम पर्याय आहे. याशिवाय एखादा आवडता पदार्थ तोंडात टाकणं, स्ट्रेचिंगचे व्यायाम करणं, एखादं फळ खाणं, सूप पिणं किंवा भाज्यांचा रस पिणं इत्यादी.
- आणखी एक सोपा उपाय म्हणजे, दीर्घ श्वसन करणे. सुखासनात पाठ ताठ–कडक नव्हे–ठेवून 10–12 वेळा दीर्घ श्वसन करावे. डोळे मिटून शांत बसावं. हे साधारण पाच दहा मिनिटं करावं. यामुळे तुमच्या सुप्तावस्थेतील मेंदूला सिग्नल मिळतो की, तणाव दूर करून मेंदू शांत करायचा आहे. प्रत्येक उच्छ्‌वासासोबत हा तणाव बाहेर फेकून दिला जात असतो.

- वरील दीर्घ श्‍वसनाच्या तंत्रात आपण शुध्द प्राणवायू भरपूर प्रमाणात शरीरात घेत असतो आणि यामुळे रक्ताभिसरण सुधारतं आणि तरतरी येते.
- आणखी एक तंत्र म्हणजे, हात वर करून जोरजोरात हसणे. हास्यक्लबमध्ये ज्या प्रकारे जोरात हसतात त्याचप्रमाणे साधारण 10–12 वेळा हसायचं आहे. यामुळेही थकवा दूर होतो.
- प्रारंभी हे जरा विचित्र वाटेल, करताना कदाचित लाजही वाटेल मात्र लक्षात घ्या, ज्यावेळेस आपण जोरजोरात हसतो त्यावेळेस मेंदू काही विशिष्ट संप्रेरकं अर्थात हार्मोन्सची निर्मिती करत असतो शिवाय मोठ्या प्रमाणात प्राणवायू घेतला जातो. यामुळे थकवा, तणाव, चिंता दूर होऊन ताजं वाटू लागतं. यामुळे फुफ्फुसांचं काम सुधारतं.
- एक छोटीशी आंघोळदेखील तरतरी देणारी असते. तुमच्या आवडत्या सुगंधाच्या साबणानं कोमट, ऊबदार पाण्याचा शॉवर घेतला तर तरतरी येते.
- एखादा विषय वाचताना कंटाळा येत असेल किंवा विषय क्लिष्ट होऊन योग्य प्रकारे आकलन होत नसेल तर एखाद दुसऱ्या प्रयत्नानंतर तो विषय सरळ बाजूला ठेवावा आणि दुसरा सोपा विषय करायला घ्यावा.

## हे करू नका–

- रिफ्रेशमेंट ब्रेक हे पाच मिनिटांहून जास्त असू नयेत. यामुळे अभ्यासावरून लक्ष उडतं आणि मेंदू भरकटतो.
- या ब्रेकमध्ये मित्रांशी कोणत्याही प्रकारे गप्पा मारू नयेत. मोबाईल चॅटवर नाही की, इंटरनेटवर नाही किंवा प्रत्यक्ष भेटूनही नाही.
- या ब्रेकमध्ये शरीर थकवणारे व्यायाम करू नयेत. यामुळे अभ्यासासाठीची ऊर्जा वापरली जाईल.
- या ब्रेकमध्ये सिगरेटसारख्या तंबाखुक्त गोष्टींचं सेवन करू नये. या वयात खरं तर शरीराला उत्तम पोषणाची गरज असते त्यामुळे अशा सवयींनी शरीर पोखरून पोकळ करणं योग्य नाही. या किक् तात्पुरत्या असतात हे लक्षात घ्या.
- चहा–कॉफी सारख्या कॅफेन असणाऱ्या पेयांचंही सेवन मर्यादित प्रमाणात केलं पाहिजे.

छोटे ब्रेक घेताना वरील गोष्टींचा विचार केला तर त्याचा नक्कीच फायदा होईल. मेंदूकडून पूर्ण क्षमतेनं काम करवून घ्यायचं झालं तर त्याची कार्यपध्दती लक्षात घेऊन त्यानुसार आपण उपाययोजना केल्या पाहिजेत.

## हलका आहार घ्यावा

आपण काय जेवतो यावरही खूप गी अवलंबून असतात. हलका आहार घेतल्यानं शरीर हलकं रहातं, जडपणा येत नाही, पोट साफ होतं आणि नेहमी तरतरीत वाटतं. दोनवेळा भरपेट जेवल्यानं आळसटल्यासारखं वाटतं. त्याऐवजी दर चार तासांनी काहीतरी हलकं खावं. आहारात ताजी फळं आणि भाज्यांचे रस आवर्जून घ्यावेत. यामुळे शरीर डीटॉक्स होतं आणि हलकं रहातं. पचन व्यवस्थित झाल्यानं आनंदी आणि प्रसन्न वाटतं.

शययतो घरगुती खाद्यपदार्थच खावेत. बाहेरील तयार पदार्थ जडपणा देतात. फार मसालेदार खाऊ नये यामुळे पित्त होण्याची शक्यता असमे. त्याचबरोबर साखर आणि मीठ यांच्या सेवनावर नियंत्रण ठेवा. या दोन्हींचं अतिरिक्त सेवन आरोग्यासाठी अपायकारक असतं.

## व्यायाम

शरीराची तंदुरूस्ती राखायची तर व्यायामाला पर्याय नाही. मात्र परिक्षार्थींना तासन् तास व्यायामासाठी देणं शक्य नसतं. अशावेळेस रोज किमान 10–15 मिनिटांचे व्यायामप्रकार करावेत. व्यायामामुळे शरीर हलकं रहातं आणि रक्ताभिसरण सुधारतं. योगासनं हा सर्वोत्तम पर्याय आहे. रोज सकाळी उठल्यानंतर सकाळच्या ताज्या प्रसन्न हवेत व्यायाम केल्यास त्याचा दिवसभर उत्साह आणि स्फूर्ती टिकविण्यास नक्कीच फायदा होईल. याचवेळेस मेडिटेशन केल्यानं दिवसभराची ऊर्जा शरीर तयार ठेवेल. एरोबिक्स, सायकलिंग किंवा पोहण्याचे व्यायामही करायला हरकत नाही मात्र केवळ आठवड्यातून एकदाच.

## छोटीशी पॉवर नॅप

एक छोटीशी डुलकी अर्थात 'पॉवर नॅप' मेंदू ताजा तरतरीत करणारी असते. मात्र ही पॉवर नॅप पंधरा वीस मिनिटांचीच असली पाहिजे. यामुळे जडपणा येत नाही. पॉवर नॅपमध्ये काही काळ विचार बंद करण्याची क्रिया केवळ घडत असते. एरवी आपण जे झोपतो ते दीर्घ तासांसाठी असतं आणि झोपून उठल्यावर आळसटल्यासारखं वाटतं. पॉवर नॅपमध्ये डोळे बंद केल्यानंतर गाढ झोपण्यापूर्वीची जी एक झपकी असते ती केवळ घेतली जाते. दुपारचं जेवण झाल्यानंतर किंवा मध्येच जर आळसटल्यासारखं, थकवा आल्यासारखं वाटू लागलं तर ही पॉवर नॅप घ्यायला हरकत नाही. या डुलकीमुळे शरीर नैसर्गिकरित्या जी झोपेची किंवा आरामाची मागणी करत असतं ती पूर्ण होते. दुपारच्या जेवणानंतर वामकुक्षी करण्याची आपल्याकडे पध्दत आहे. खरं तर ही एक चांगली पध्दत आहे. जेवणानंतर अर्धा–एक तासाची झोप ताजंतवानं करते. सकाळी उठल्यानंतर जी ऊर्जा आपल्याला जाणवते तीच दुपारच्या या विश्रांतीनंतरही जाणवते.

## स्वयं मूल्यमापन

चुका करणं हा मानवी स्वभाव आहे. मात्र या चुकांतच अडकून न रहाता त्यातून शिकत, बोध घेत पुढे जात रहायला हवे. यासाठी अर्थात स्वयंमूल्यमापन गरजेचे आहे. आपल्या चुकांबद्दल स्वतःला फटकारू नये, आपल्या चुका आपण स्विकारल्या पाहिजेत, आपण चुका स्विकारल्या की पुढे सुधारणा करता येणं शक्य होतं. मात्र माझ्याकडून चूक झालीच कशी, ही चूक नसून गुन्हाच आहे अशा नकारात्मक विचारात अडकून राहू नये. प्रत्येक चूक सुधारणं शयरी नरालं तरीही त्यातून काय करू नये हे शिकता येतं म्हणूनच चुका कशा झाल्या याचा विचार न करता अशी चूक पुन्हा घडू नये यासाठी काय करायला हवं होतं याचा विचार करावा.

स्वयंमूल्यमापन कसं करावं? एकटं असताना शांत बसावं आणि डोळे मिटून सर्वप्रथम दीर्घश्वसन करावं आणि मग आपल्याच वर्तवणुकीचा विचार करावा. सरळ सरळ नफा तोटा लिहित जावा. आपण केलेल्या योग्य गोष्टी आणि अयोग्य गोष्टी यांचा ताळेबंद मांडावा. त्यानंतर आपण ज्या अयोग्य गोष्टी केल्या त्या टाळता येणं शक्य होतं कां, याचा विचार करावा. त्यानंतरची पायरी म्हणजे या गौी टाळता येणं शयय होतं कां हा प्रष्न स्वतःला विचारावा. जर ते टाळणं शक्य होतं तर आपण का टाळलं नाही हा प्रष्न पुढे करावा आणि मग त्याचं उत्तर काय येतं ते पहावं. आपलं मन आपल्याला नेहमी प्रामाणिक उत्तर देत असतं त्यामुळे ते कितीही त्रासदायक असलं तरीही ऐकावं आणि मग झालेली चूक स्विकारावी आणि जे यावेळेस केलं ते पुढे अशी परिस्थिती आल्यावर न करण्याचं वचन स्वतःलाच द्यावं.

पुढचा रकाना आहे पूर्वी झालेल्या चुका सुधारल्या गेल्या आहेत का हे तपासण्याचा. चूक सुधारली असेल तर स्वतःची पाठ मनातल्या मनात थोपटावी. मात्र चुकीची पुनरावृत्ती घडलेली असल्यास पुन्हा असं का घडलं हा प्रष्न विचारावा. मन प्रयत्नात

कोठे कमी पडला आहात याचं उत्तर अगदी प्रामाणिकपणानं देतं. यावेळेस मात्र पुन्हा एक प्रामाणिक प्रयत्न करण्याचा निर्धार करा. अशा प्रकारे मूल्यमापन करत गेलं की आपल्या प्रयत्नातली कसूर आणि त्यामुळे निर्माण होणारी नकारात्मक भावना यांना दूर करता येतं, त्यांच्यावर नियंत्रण मिळविता येतं.

याव्यतिरीक्त आणखी काही मार्ग आहेत ज्यांच्या मदतीनं विद्यार्थ्यांना त्यांच्या काळजीवर मात करता येईल.

- **चर्चा करा**—तुमचा ज्यांच्यावर विश्वास आहे अशा व्यक्तीशी तुमच्या समस्येवर चर्चा करा. ही व्यक्ती मग कोणीही असू शकते. आई—वडील, भावंड, मित्र, परिचितांपैकी कोणीतरी. तुम्हाला ज्यांच्याशी बोलून मोकळं होता येतं, हलकं वाटतं अशा कोणाशीही बोला. समस्यांची चर्चा करणं लाजिरवाणं वाटू देऊ नका. चर्चा केल्यानं समस्या सुटतात. अगदी रोजच्या रोज कोणाशी तरी बोला यामुळे रोजच्या जगण्यातले तणाव दूर होतात आणि चिंतांचा गुणाकार होत नाही. समोरच्याशी बोलल्यानं आपली समस्या दरवेळेसच सुटेल असं नाही मात्र त्यामुळे आपल्या मनात काही साठून रहात नाही, त्याचा निचरा योग्य प्रकारे होतो. दुसऱ्याशी चर्चा केल्यानं आपल्या विचारांना एक वेगळी दिशा मिळू शकते. एक प्रकारचं वैचारिक प्रौढत्व यामुळे मिळतं.
- **एकलकोंडे होऊ नका**— तुम्ही चिंतेत असता त्यावेळेस एकटं रहावसं वाटतं, चिंतेतून बाहेर येण्यासाठी, समस्येवर विचार करण्यासाठी असा वेळ गरजेचा असतो हेदेखील खरं असलं तरीही खूप काळ एकटं राहू नका. अशा परिस्थितीत मन अधिकाधिक या गोष्टींचा विचार करत रहातं. तुमच्या अभ्यासावर याचा गंभीर परिणाम होण्याची शक्यता असते म्हणून समवयस्क, समविचारींसोबत थोडावेळ अगदी नियमितपणानं घालवावा. विचारांची देवाणघेवाण करावी यामुळे हलकं वाटतं. नवे विचार आणि कल्पना रूजविण्यासाठी हे गरजेचं असतं.
- **स्थिरचीत्त व्हा**— ज्या ज्यावेळेस एखादी काळजी तुम्हाला कमालीची अस्वस्थ किंवा बेचैन करू लागते त्या त्या वेळेस काहीही न करता सरळ थोडावेळ काहीही विचार न करता आराम करा. ऊबदार पाण्यानं शॉवरची आंघोळ किंवा पोहण्याचा व्यायाम अशा परिस्थितीत केला तरीही चालण्यासारखं आहे. मात्र मनातले विचार झटकून नवी सुरवात करण्यासाठी याहून दुसरं उत्तम तंत्र नाही कारण यामुळे 'नर्व्हस सिस्टिम' उत्तम काम करू लागते.

  काहीजण अशा तणावपूर्ण परिस्थितीत धुम्रपान किंवा मद्यपान करतात, यामुळे ताबडतोब आराम 'मिळाल्यासारखा वाटतो'. मात्र ही किक् तणावाला नाही तर मेंदूला बसलेली असते आणि यामुळे तणाव पूर्ण दूर होण्याऐवजी

तो दूर झाल्याचा भास निर्माण होतो. त्याचप्रमाणे या किक्पायी काही अयोग्य निर्णय घेतले जाण्याची शक्यताही असते.

- **सुट्टीवर जा**—करियरमध्ये अशा तणावाच्या परिस्थितीत छोटा ब्रेक घेऊन सुट्टीवर जाणं उत्तम. सतत नोकरी आणि तणावामुळे मेंदू शिणून जातो. त्याला जर ताजंतवानं करायचं असेल तर या रूटीनपासून दूर जाणं उत्तम. वेगळया वातावरणात मनही ताजतवानं होतं. वर्षभरातून किमान एकदा सात आठ दिवसांची एक मोठी सुट्टी कुटुंबीय किंवा मित्रमंडळासोबत आणि अधूनमधून एक किंवा दोन दिवसांचे पिकनिकसारखे ब्रेक हे सतत उत्साही रहाण्यासाठी उपयुक्त असतात. अशा सुट्टीमुळे काय होतं? तर सर्वप्रथम तुमचा जागृत मेंदू स्वतःला प्राप्त परिस्थितीतून दूर करून नव्या वातावरणात रमतो. त्यानंतर तुम्ही सुट्टीचा आनंद उपोभोगत असता त्यावेळेस तुमचा सुप्तावस्थेतला मेंदू बॅकस्टेवजवर समस्येचा सविस्तरपणानं विचार आणि विवेचन करत असतो. त्याच दरम्यान त्याला मोकळा वेळ भरपूर मिळाल्यानं तो आकलन करून योग्य तो उपाय शोधून काढू शकतो.
- **एकावेळेस एकच काम हाती घ्या**—एकाचवेळेस अनेक कामं हातात घेतल्यानं बऱ्याचदा ही परिस्थिती उद्भवते. एक ना भाराभर चिंध्या असा एक वाक्प्रचार आहे तो अगदी बरोबर आहे. एकावेळेस अनेक कामं करत राहिल्यानं हातातलं कामही मागे पडतं. अशावेळेस काय होतं? तर चिडचिड व्हायला लागते, कोणतं काम आधी करावं हे न समजल्यानं सगळीच कामं मानगुटीवर भुतासारखी बसतात. अशावेळेस काय करायचं, तर शांतपणानं काहीच न करता दोन मिनिटं थांबावं. आता कामांचं प्राधान्य ठरवून त्याप्रमाणे नियोजन करून कामं करायला घ्यावीत.
- **क्षुल्लक गोष्टींकडे दूर्लक्ष करा**—अनेकदा अगदी किरकोळ गोष्टीही आपण खूप महत्त्व देऊन विनाकारण मोठ्या करतो. अशा फुगवून मोठ्या केलेल्या गोष्टीच मग त्रास देऊ लागतात. शिवाय आपल्याला छोट्या गोष्टींचे बाऊ करण्याची सवयही लागते. अशा गोष्टींची वायफळ चर्चा म्हणजेच गॉसिप करत राहिल्यानं त्यातून निष्पन्न काहीच होत नाही मात्र मनात नकारात्मक भावना वाढीस लागतात. म्हणूनच अशा गोष्टींकडे दूर्लक्ष करणंच उत्तम.
- **इतरांच्या गोष्टींत ढवळाढवळ नको**—काहीजणांना इतरांच्याही आयुष्यात नाक खुपसण्याची सवय असते. ज्या गोष्टींचा आपल्याशी काहीही संबंध नाही अशा गोष्टींचाही ही मंडळी विचार करत रहातात आणि आपलाच वेळ व्यर्थ घालवतात. काहीजण उगाचच सगार किंवा मध्यस्थ बनतात. अशामुळे आपला वेळ आपण वाया तर घालवतोच शिवाय आपल्याच आयुष्यात काही क्लिष्ट समस्या तयार करतो.

- **कमी बोला जास्त ऐका**–उगाचच वायफळ बडबड करत राहू नका. आयुष्यात यशस्वी व्हायचं असेल तर हा मंत्र लक्षात घ्या. कमी बोलल्यानं तुमची शक्ती वाया जात नाही. प्रत्येकच ठिकाणी तुम्ही बोलण्याची गरज नसते. मोजकं बोला आणि जिथे हवं तिथेच बोला. सतत बोलल्यानं इतकी शक्ती तुम्ही घालवत असता की नंतर अभ्यास करायला ती उरतच नाही. अती बोलण्याच्या सवयीमुळे तुम्ही तुमच्या वैयक्तिक, खासगी गोष्टीही समोरच्याकडे बोलता जे कधीच योग्य असत नाही. दुसरी गोष्ट अशी की, देवालाही आपण जास्त न बोलता जास्तीत जास्त ऐकावं असं वाटतं. म्हणूनच तर त्यानं आपल्याला दोन कान दिलेत मात्र बोलायला तोंड एकच दिलेलं आहे.
- **सकारात्मक विचार करा**– प्रत्येकाच्याच आयुष्यात समस्या येत असतात, वाईट, नकोसे प्रसंग घडत असतात मात्र त्यानं खचून जाऊन नकारात्मक मानसिकता तयार न करता सकारात्मकता टिकवून ठेवली पाहिजे आणि त्याच मार्गावर कार्यरतही राहिलं पाहिजे. कारण एक वाईट अनुभव आला की संपलं सगळं असं नसतं. आयुष्यात वेळोवेळी असे प्रसंग येणारच असतात म्हणून सकारात्मकता नाहीशी होत नाही. उलट नकारात्मक विचारांनी हातात असणाऱ्या कामावरही परिणाम होतो. सरता काळ हा प्रत्येक दुःखावरचं औषध असतो आणि म्हणून अपयश किंवा दुःखानं खचून न जाता पुढचा प्रवास सुरूच ठेवला पाहिजे.
- **समस्या, अडचणी, दुःख यांना धीरोदत्तपणाने सामोरे जा**– एक लक्षात घ्या आपल्या आयुष्यात उद्‌भवणाऱ्या प्रत्येक समस्येचा निकाल आपण आपल्या बाजूनं खात्रीनं लावू शकतो मात्र त्यासाठी दोन गोष्टींची नितांत गरज असते– स्थिरचित्त आणि संयम. ज्याच्याकडे या दोन गोष्टी आहेत त्याच्यासाठी कोणतीही गोष्ट अशक्य नाही. दुःखात असताना, संतापात असताना कोणताही निर्णय कधीही घेऊ नये, हे ज्याला समजलं त्याचे कोणतेही निर्णय कधीही चुकत नाहीत.
- **कुपमंडूक वृत्तीचे होऊ नका**– ज्याचा आयुष्यातल्या प्रत्येक गोष्टीकडे बघण्याचा दृीकोन संकुचित आहे, अहंभाव असणारा आहे आणि दुराग्रही, हट्टी आहे तो आपलं आयुष्य कधीही आनंदी करू शकत नाही आणि ते उपभोगुही शकत नाही. अगदी छोट्या छोट्या गोष्टीतले आनंदही तो उपभोगू शकत नाही. आनंद आणि दुःख हे बाहेरच्या गोष्टींपेक्षा आपल्या मनात जास्त असतात म्हणून मोकळे व्हा, दुःख मोकळेपणानं बाहेर फेकून द्या आणि आनंद भरभरून घ्या. आपल्याला आयुष्यात पुढे जायचं असेल आणि प्रगती साधायची असेल तर याहून दुसरा सोपा उपाय नाही.

**विशेष महत्त्वाचं:** या प्रकरणातले सगळे मुद्दे तीन चार वेळा लक्षपूर्वक वाचा आणि ही तंत्रं अवगत करा, तुमचं संपूर्ण आयुष्य यामुळे बदलून जाणार आहे. एक सकारात्मक दृष्टिकोन तुम्हाला मिळणार आहे.

दिवस 23

# सराव –3

## कल्पनाशक्तिचा विकास करा–

- एखादी नवी गाण्याची धून बनवा किंवा जुन्याच गाण्यात काही बदल करून बघा.
- एखादी नवी पाककृती बनविण्याचा प्रयत्न करा.
- एखादं असं लाईफ जॅकेट बनविण्याबाबत विचार करा जे आकारानं मोठं आणि वजनानं लहान असेल शिवाय ते शंभर टक्के लाईफ सेव्हर असेल.
- अशी एखादी कार बनविण्याबद्दल विचार करा जी आकाशात उडेल, पाण्यावर तरंगेल आणि जमिनीवर धावेल, किंवा तिच्या इंजिनाच्या उष्णतेमुळे रस्त्यावरचं बर्फ आपोआप वितळून रस्ता रहदारीयोग्य बनेल.
- मोबाईल, रिमोट कंट्रोल्स आणि त्यांच्या बॅटरी यापासून एखादं नवं उपकरण बनविता येईल का याचा विचार करा.
- कपडे, चपला, कागद, बॉक्स, प्लॅस्टिकच्या गोष्टी यापासून काही नवनिर्मिती करता येईल का याचा विचार करा.

## निर्णयशक्ती सुधारण्याची तंत्रं

- जवळ एखादी छोटी पॉकेट डायरी किंवा नोटपॅड सतत बाळगा.
- एखादं काम अमूक दिवशी, अमूक वेळेला करायचं आहे असं जर यात नोंदविलं असेल तर त्याचवेळेस ते सुरू करा.
- एखादा निर्णय घेण्यापूर्वी आधीच्या निर्णयांचा विचार करून मग अंतिम निर्णय घ्या.
- एखादी समस्या तुम्हाला भेडसावत असेल तर आधी तिचं स्वरूप कितपत गंभीर आहेते मुळापासून समजावून घ्या आणि मगच त्याच्यावर तोडगा काढा.

**आजची तारीख :** / / /
(कृपया पेन्सिलनं लिहावे)

## निर्णय घेताना घ्यावयाची खबरदारी–

- घाईघाईत आणि गडबड गोंधळात कोणताही निर्णय घेऊ नका.
- इतरांच्या दबावाला बळी पडून कोणताही निर्णय कधीही घेऊ नका.
- चहूबाजूंनी विचार केल्याखेरीज निर्णय घेऊ नका.
- थकवा आलेला असेल किंवा कंटाळलेले असाल तर महत्त्वाचे निर्णय घेऊ नका.

## एकाग्रता सुधारण्याची तंत्रं

- एकटे असता त्यावेळेस डोळे मिटून दीर्घ श्वसन करा. दहा ते पंधरा वेळा असं करा.
- एकावेळेस एकच काम करा. अनेक कामं एकाचवेळेस करणं शक्यतो टाळाच.
- ध्येयापासून मन भरकटू देऊ नका.
- अभ्यासाला बसताना मजबूत टेबल आणि खुर्चीवर बसा. अभ्यास करताना पाठ ताठ हवी
- अभ्यास करताना नेहमी आरामदायक आणि सैलसर कपडे घाला
- हलका आहार घ्या
- मसालेदार, तळलेले, बाहेरचे उघड्यावरचे, जंकफूड आणि तिखट पदार्थ टाळा.
- रोज सकाळी ठरलेल्या वेळेत आंघोळ केल्यानं तरतरी येते.
- अभ्यास करताना नैसर्गिक उजेड मिळेल याची काळजी घ्या. डोळयांवर थेट उजेड येणार नाही याची काळजी घ्या.
- रोज पुरेशी झोप घ्या, त्यात तडजोड करू नका.
- आयुष्याकडे बघण्याचा दृष्टिकोन सकारात्मक आणि आनंदी, साधा ठेवा.

## निरीक्षणशक्ती वाढविण्यासाठी खास तंत्रं

### मेडिटेशन

- सुखासन घाला, 2 मीटर अंतरावरच्या एखाद्या गोष्टीकडे टक लावून बघा–भिंतीवरची एखादी छानशी फ्रेम अथवा काळा ठिपकाही चालेल– आणि दीर्घ श्वसन करा.

- सुखासनात बसा, डोळे हळुवारपणे मिटा आणि दीर्घ श्वसनाची क्रिया करा. मन शक्य तितकं निष्चल ठेवण्याचा प्रयत्न करून चित्त एकाग्र करण्याचा प्रयत्न करा.
- मेडिटेशन करताना शक्यतो शांत वेळेत करा. प्रारंभिच्या काळात अशा प्रकारची शांतता गरजेची असते. कोणत्याही प्रकारचा अडथळा न येता मेडिटेशन केल्यानं ते उत्तम प्रकारे होतं.
- एका जागी आरामदाय स्थितीत बसा. आता स्थिर चित्तानं बसा, कोणत्याही विचारावर फार काळ विचार न करता विचारांना मनात मुक्तपणे विहार करू द्या. विचार येऊ द्यात आणि जाऊ द्या. त्यांना अटकाव करू नका आणि त्यांच्यासोबत अडकूनही राहू नका.
- या प्रकारे मेडिटेशनची सवय लागल्यानंतर आता तुम्ही कधीही, कोठेही आणि कोणत्याही वेळेत मेडिटेशनसाठी तयार आहात.

## शब्दनिर्मिती करा–

**सराव 1**–ठ अ क उ ए ड ज घ ढ छ

डएअठउक, ठएअउक, उअठए, ठअउए, उअघए, ढअघए, ढजघएछ, ....., ....., .....

**सराव 2**– अ झ झ ठ ज झ ठ ख अ ढ ए

ठअढए, झखठअढए, अढए, ढएअठ, ठजझए, एअठ, ठएअठ, ....., ....., .....

## सांकेतिक भाषा

सांकेतिक भाषेमुळे काही गोष्टी मजेदार आणि निराळया पध्दतीनं लक्षात ठेवता येतात. मागील प्रकरणात पाहिल्यानुसार संख्यांना शब्दात रूपांतरित करा–

**सराव 2**– मागील प्रकरणात पाहिलेल्या सांकेतिक शब्दांची उजळणी करू. त्या प्रकरणात सांगितल्यानुसार आता योग्य त्या जोड्याा जुळवा.

| | |
|---|---|
| एक | केक |
| दोन | काच |
| तीन | गहू |
| चार | भात |
| पाच | ताट |
| सहा | फोन |
| सात | दार |

| | |
|---|---|
| आठ | गुहा |
| नऊ | पहा |
| दहा | पिन |

आता पुढील पैकी रकान्यातील गायब संख्या शोधा

| संख्या | सांकेतिक शब्द | संख्या | सांकेतिक शब्द |
|---|---|---|---|
| ..... | पहा | दहा | ........ |
| दोन | ....... | बारा | ....... |
| नव्याण्णव | ........ | अठरा | ...... |
| | गुहा पहा | पिन पहा | |
| | केक फोन | ताट भात | |

**सराव 4**– मागील प्रकरणात आपण शॉपिंगची सांकेतिक भाषेतील यादी बनविली होती त्यानुसार इथे जो पर्याय गायब आहे नो शोधा.–

| **सामानाची यादी** | **सांकेतिक शब्द** | **लक्षात ठेवण्यासाठी परवलीचा शब्द** |
|---|---|---|
| ............... | माझे सुंदर केस | गाडीच्या आरशातलं प्रतिबिंब |
| डिटर्जंट पावडर | ताजंतवानं वाटतंय | ............... |
| टुथब्रश | .................. | दुकानदारचे घाणेरडे दात |
| चहा | रोज सकाळी मला आवडतो तो सुगंध | .......... |
| चॉकलेट | ................ | लहान मूल रस्त्यावरून खात चाललं होत |
| ......... | पेन्सिलचं धारदार टोक | कंपासबॉकसमध्ये पेन्सिलच टोक तुटलं |

इम्प्रुव्ह युवर मेमरी पॉवर 94

| औषधं | आजोबांची जीवदायिनी | |
|---|---|---|
| | माझं माझ्या मोबाईलशिवाय चालत नाही | मोबाईलच्या बॅटरीचा लो बिप |

दिवस 24

# मेडिटेशन – यशाची गुरूकिी

मनाला शांतता मिळवून देण्याचा सोपा आणि नैसर्गिक मार्ग म्हणजे मेडिटेशन अर्थात–ध्यान. आता भारतातच नव्हे तर जगभरातून मेडिटेशनचा अवलंब केला जात आहे. मात्र याच्या तंत्राबाबत अनेक समज–गैरसमज आहेत. प्रत्येक मेडिटेशनगुरूची पध्दत भिन्न आहे आणि काहीजण व्यावसायिक फायद्यासाठी बनवेगिरीही करताना दिसून येतात. म्हणून कोणत्याही भूलथापांना बळी न पडता याचा एक व्यायाम म्हणून विचार केला पाहिजे. तुम्हाला याचा उपयोग कशा प्रकारे करून घेता येईल याचा विचार करून मगच अशा प्रकारे एखाद्या संस्थेत जा.

प्रत्येक मनुष्य हा एका अनोख्या मनानं, आंतरिक शक्तीनं आणि ऊर्जेनं बनलेला असतो. ज्यावेळेस मेडिटेशन केलं जातं त्यावेळेस या सगळयाला एक पाठबळ मिळतं आणि पुढच्या प्रवासासाठी सकारात्मक शक्ती. म्हणूनच कोणत्याही गुरूच्या शोधात न भटकता जितकया लवकर तुम्हाला मेडिटेशन सुरू करता येईल तितकया लवकर सुरू करा. जितकं कठीण हे सांगितलं जातं तितकं ते नाही. अगदी सहज आणि सोपं असं हे तंत्र आहे.

**आजची तारीख :** / / /
(कृपया पेन्सिलनं लिहावे)

## कसं करावं मेडिटेशन?

मेडिटेशन अर्थात ध्यान, कसं करावं हा प्रष्न अनेकांना पडतो. ध्यान म्हणजे साधू संतांनी हिमालयातल्या गुहेत जाऊन करायचं काहीतरी आहे आणि सामान्य माणसाला हे जमणार नाही अशा काहीशा कल्पना असतात. प्रत्यक्षात ध्यान म्हणजेच मेडिटेशन हे मनःशांतीचं एक सोपं तंत्र आहे जे थोड्या प्रयत्नानं कोणालाही जमू शकतं. चला तर मग सुरवात करूया–

शांत निष्चल बसा. डोळे मिटून कोणतीही हालचाल न करता, मनात विचार न आणता बसा. रोज नेमानं पाच ते दहा मिनिटं अशा प्रकारे शांत बसा. आंघोळ झाल्यावर, पोहून झाल्यावर किंवा व्यायाम झाल्यावरची वेळ सर्वोत्तम आहे. आंघोळीनंतर ध्यान केल्यास अधिक फायदा होतो कारण शुध्द शरीराचा या दरम्यान एक छानसा ताल निर्माण होतो. यासाठी तुम्ही मांडी घालून बसू शकता, खुर्चीवर बसू शकता किंवा उभं राहूनही मेडिटेशन करता येणं शक्य आहे.

कोणत्याही स्थितीत मेडिटेशन करणं शक्य आहे मात्र ते करताना पाठ ताठ ठेवा, शरीर सैल सोडू नका तर ते आराम अवस्थेत ठेवा. सुरवातील चित्त एकाग्र होणार नाही, मनातले विचार तसं होऊ देणार नाहीत किंवा बाहेरचे आवाज त्रास देतील. यासाठी शांत आणि निवांत वेळ निवडा. पहाटेची वेळ सर्वोत्तम मानली गेली आहे. मेडिटेशन दरम्यान आत्मनिरीक्षण ही सामान्य बाब आहे. किंबहुना मेडिटेशनचा हादेखील एक उद्देश आहे. सुरवातीला याचा कालावधी थोडा जास्त असेल मात्र कालांतरानं हा कालावधी कमी होत जातो. आपला सुप्तावस्थेतील मेंदूच आत्मपरिक्षणाच्या वेळेवर निर्बंध घालतो. मेंदूच्या कार्यप्रणालीतली हीच तर गंमत आहे.

एकदा का मनातले विचार आणि कोलाहल, चिंता कमी कमी होत गेल्या की मग एक वाट सापडते एका अनामिक प्रवासाची. विश्वास ठेवा हा प्रवास खुपच सुखद असतो. इथे मनाचा कोलाहल नसतो, कोणताही गोंधळ नसतो, संदिग्धता नसते. वाऱ्याची सुखद झुळूक असते, तुम्हाला या झुळुकीसोबत अलगद अगदी पिसासारखं तरंगत फिरायचं आहे, कोणत्याही एका विचारावर न थांबता अलगत उडत रहायचं आहे. ही जाणीव खूप छान असते ती अनुभवायलाच हवी. शब्दात व्यक्त करता येणार नाही असा हा अनुभव असतो. बाह्य जग जाणवत असतं मात्र त्याची जाणीव आत झिरपत नसते असा तो अनुभव असतो. म्हणूनच बाह्य जागातल्या अनुभवांवरून निर्माण झालेल्या मेंदूतल्या नकारात्मक भावनांचाही त्रास होत नाही. तांत्रिक भाषेत सांगायचं तर मेडिटेशन हा एक असा व्यायाम आहे जो आपल्या सुप्तावस्थेतल्या मेंदूला विचारांपासून विलग करत नेतो. अनावष्यक विचारांचा कचरा साफ करून नव्या विचारांसाठी तिथे जागा तयार करतो, मात्र ही जागा अत्यंत स्वच्छ आणि निर्मळ बनल्यानं या जागी जे नवे विचार येतात ते नकारात्मक असत नाहीत तर सकारात्मक असतात. यामुळे काय होतं? तर मेंदू नकारात्मक विषयांमुळे जो

ग्रासलेला असतो आणि त्याची जी ऊर्जा हाकनाक वाया चाललेली असते ती वाचते आणि तिला विधायक कामांत गुंतवता येते.

तुम्ही जर न चुकता अगदी नेमानं ठरलेल्या वेळेस मेडिटेशन केलं तर तुम्हाला खूप फरक जाणवेल. नकारात्मक भावनाच नाहीशा व्हायला लागतील आणि गंमत म्हणजे कठीण वाटणारी, न जमणारी कामं चुटकीसरशी अगदी जादू झाल्यासारखी होतील. ही जादू नसून तुमची सकारात्मक आंतरिक शक्तीच हे कार्य करत असते. यामुळे मेंदूमध्ये सकारात्मक बदल घडतात आणि त्याचा फायदा शिकण्याच्या प्रक्रियेत, नातेसंबंध सुधारण्याच्या प्रक्रियेत होतो.

मेडिटेशनची आणखी एक पध्दत सांगितली जाते आणि ती म्हणजे डोळे उघडे ठेवून करण्याचे मेडिटेशन. या पध्दतीत डोळे अगदी पूर्ण उघडे ठेवतात आणि एखाद्या गोष्टीकडे टक लावून स्थिर नजरेनं पाहिलं जातं. ज्यांना डोळे मिटून चित्त स्थिर करता येत नाही अशांसाठी ही पध्दत अगदी योग्य आहे. या पध्दतीत दोन मीटर अंतरावर एखादी गोष्ट ठेवली जाते, बहुतेक करून मेणबत्ती किंवा एखादा काळा ठिपका, आणि त्याकडे टक लावून पाहिलं जातं. हे साधारण दोन ते तीन मिनिटं केलं जातं. थोड्याशा सरावानंतर हे तंत्र सहजच आत्मसात करता येतं. मात्र या पध्दतीचे काही तोटेही आहेत, पहिला तोटा हा की यात केवळ तुम्ही हालचाल न करता एका जागी स्थिर बसणं अपेक्षित केलं आहे त्यामुळे हे जरी साध्य झालं तरीही मनातले विचार थांबत नाहीत. ते सुरूच रहातात आणि मेडिटेशनचा मूळ हेतूच साध्य होत नाही. यामुळे सकारात्मक परिणाम दिसायलाही विलंब होतो आणि मग मेडिटेशन निरूपयोगी वाटायला लागतं.

## चार टप्प्यात मेडिटेशन केलं जातं–

- रोजच्या दैनंदिन व्यापातून मेंदूला काही काळ बाजूल करून बाह्य जगाशी त्याचा काही मिनिटांसाठी संपर्क तोडून टाकणं.
- वायफळ गोष्टींपासून मेंदूला दूर करणे, असे विचार पूर्णपणे काढून टाकणे ज्यावर विचार करण्यात मेंदू विनाकारण शक्ती खर्च करतो.
- मेंदूला आराम मिळवून देणे आणि या आरामामुळे शांत, निवांत झालेल्या, तरतरीत झालेल्या मेंदूला विधायक विचार आणि कामात गुंतविणे.
- शरीरात सात चक्र असतात, त्या सगळयांचं कार्य सुधारून त्यांना उत्तम प्रकारे कार्यान्वित करणे.

यामुळे शरीर आणि मेंदू यांचं काम एकाच तालासुरात सुरु होतं. पुढच्या टप्प्यात अनेक वर्षांचे जुने, साठलेले मानसिक विकार दूर होण्यास सुरवात होते. मेंदूशी संबंधीत विकारांवर तर मेडिटेशन एक उत्तम थेरपी मानलं जाऊ लागलं आहे. काहीजणांचा असा समज आहे की मेडिटेशन हा एखाद्या धर्माचा विशिष्ट

पध्दतीनं करण्याचा काही संस्कार आहे. अर्थात मेडिटेशनचा फायदा कोणीही घेऊ शकतं. मात्र मेडिटेशनला सुरवात करण्यापूर्वी काही खबरदारी घेणं आवष्यक आहे–

- **डॉक्यटरांचा सल्ताध्या**– तुम्हाला काही शारीरिक व्याधी असेल आणि उपचार सुरू असतील तर वैद्यकीय सल्ल्यानंतरच मेडिटेशन करा. मेडिटेशन सुरू केल्यानंतर जर तुम्हाला बेचैन किंवा अस्वस्थ वाटू लागल्यास अथवा पाठ/कंबरदुखी सुरू झाल्यास डॉकटरांशी सल्लामसल्त करा.
- **सल्लामसलत करा**– पूर्वीपासून जे मेडिटेशन करत आहेत त्यांच्याशी याबाबतीत सल्लसमसलत करा. यामुळे यातले फायदे तर तुम्हाला समजतीलच शिवाय इतरही काही बाबी समजू शकतील.
- **मेडिटेशन हे योग्य आरामदायक ठिकाणीच केलं पाहिजे**– मेडिटेशन करणार आहात ती जागा स्वच्छ असली पाहिजे, तिथे कसल्याही प्रकारची दुर्गंधी नको, कोलाहल नसावा, हवा खूप गरम, दमट किंवा थंड नको. एखाद्या तलावाच्या काठावर, हिरव्यागार बागेत, झऱ्याच्या जवळ गाड्या, माणसांच्या आवाजरहित जर मेडिटेशनची जागा असेल तर सर्वोत्तम.
- **अस्वस्थ वाटत असेल तर मेडिटेशन टाळा**– तुम्हाला ज्या दिवशी आराम वाटत नसेल त्या दिवशी मेडिटेशन टाळा. मन आणि शरीर ज्या ज्या वेळेस प्रचंड थकलेलं असतं तेंव्हा त्याला आरामाची गरज असते त्यामुळे त्या दिवशी मेडिटेशन टाळा.

**विशेष महत्त्वाचंः** मेडिटेशन ही आनंदी आयुष्याची गुरूकिल्ली आहे त्यामुळे मेडिटेशनचं तंत्र लवकरात लवकर आत्मसात करा. त्याला आयुष्याचा एक अविभाज्य भाग बनवा.

दिवस 25

# महत्त्वाची टिपणं कशी काढावीत

टिपणं म्हणजे संपूर्ण प्रकरणातील मोजके आणि महत्त्वाचे मुद्दे असतात, थोडक्यात सांगायचं तर संपूर्ण विषयाचं थोडक्यात काढलेलं सार असतं. यामुळे ऐन परीक्षेच्या तोंडावर उजळणी करणं सोपं जातं. परीक्षा जवळ आली की वेळ पुरत नाही अशा वेळेस हे महत्त्वाचे मुद्दे लिहिलेली टिपणं उपयोगी पडतात. या कालखंडात मेंदूवर परिक्षेचा ताण आलेला असतो आणि अशा वेळेस या उपयुक्त टिपणांमुळे उजळणी सोपी होते, विषय पुन्हा एकदा ताजेपणानं समोर येतो.

## टिपणं काढण्याचं तंत्र

- टिपणं काढण्यासाठी नेहमी टोकदार पेन्सिल वापरावी, ज्यामुळे अक्षरं स्पष्ट उमटतात. टिपणं काढताना काही चुका झाल्यास त्या सुधारता येणं शक्य होतं, टिपणं नेहमी पांढऱ्या कागदावर काढावीत यामुळे मेंदूची बैठक खूप चांगल्या प्रकारे होते, अभ्यासासाठी आवष्यक ती दृक् वातावरण निर्मिती होते
- अभ्यासाला बसाल त्यावेळेस तुमचा मेंदू बाह्य गोष्टींपासून अलिप्त असला पाहिजे. यामुळे विषय समजावून घेण्यास सोपे होईल आणि बाह्य गोष्टींचा अडथळा होणार नाही.
- सर्वप्रथम पाठ सावकाश समजावून घेत घेत वाचून काढा. त्याच्या काठिन्य पातळीनुसार तो कितीवेळा वाचावा लागेल हे अवलंबून आहे. काही पाठ एकाचवेळेस वाचून समजतील तर काही चार चार वेळा वाचावे लागतील. पाठ वाचत असतानाच त्यातले महत्त्वाचे मुद्दे तुमच्या आपोआपच लक्षात येत जातील. ते पुस्तकात खुणा करून ठेवत चला.
- त्यानंतर मघाशी सांगितल्यानुसार पांढऱ्या कागदावर हे मुद्यांच्या स्वरूपात स्वच्छ आणि निटनेटयया अक्षरात उतरून काढा. शक्यातो टिपणं थोडक्यात लिहा. एकाच दृष्टक्षेपात लक्षात येतील, समजतील अशाप्रकारे ही टिपणं लिहावीत. महत्त्वाचे मुद्दे अधोरेखित करावेत.

**आजची तारीख :** / / /
(कृपया पेन्सिलनं लिहावे)

- शिर्षकांना अधोरेखित करा किंवा त्यांना ठळकपणानं लिहा यामुळे उजळणी करताना ते पटकन सापडतील आणि उजळणी करता येईल.
- टिपणं काढताना ती अशा प्रकारे काढा की, ती सहज समजली पाहिजेत. परीक्षेपूर्वी जेंव्हा या टिपणांच्या आधारे उजळणी करावयाची असते त्यावेळव्स संपूर्ण अभ्यासक्रमाची उजळणी या टिपणातून झाली पाहिजे.
- महत्त्वाच्या छोट्या मुद्यांना पुस्तकातही अधोरेखित करायला हरकत नाही. यासाठी बाजारात मार्कर उपलब्ध आहेत. किंवा साधं लाल रंगाचं बॉलपेनही चालू शकतं. असे अधोरेखित मुद्देही ऐनवेळेस खूप उपयोगी पडतात.
- ग्रंथालयातून अथवा मित्र/मैत्रिणीकडून आणलेल्या पुस्तकात काहीही खुणा करणं टाळा. त्याऐवजी त्याच्या प्रती (फोटोकॉपी) काढा आणि त्यावर तुमच्या सोयीनं खुणा करा.
- विशेषतः विद्यार्थ्यांत अगदी सहज आणि सामान्यपणानं केली जाणारी चूक म्हणजे 'नोटस्' मागून घेणं आणि त्या जशाच्या तशा उतरवून काढणं. हे निरूपयोगी तर आहेच पण धोकादायकही आहे. तुमच्या दृष्टिनं महत्त्वाचा असणारा मुद्दा कदाचित दुसऱ्याच्या दृष्टिकोनातून तितका महत्वाचा असणार नाही आणि यामुळे एखादा महत्त्वाचा मुद्दा सुटून जाण्याच्या शययता उरतात.
- मान्यवरांचे उद्‌गार वगैरे ज्या त्या शब्दातच उतरविले आणि पाठ केले पाहिजेत. त्यांचं संक्षेपीकरण टाळावं, त्याचप्रमाणे आपल्या शब्दात मांडणंही टाळावं. यामुळे मूळ अर्थाला धक्का बसण्याची शकयता असते.
- टिपणं काढताना ती पूर्ण उत्साहात काढावीत आणि अगदी नेमकेपणानं विषयातलं सार शोधावं. पाठातील महत्त्वाचे मुद्दे उतरवून काढत असतानाच त्याअनुषंगानं जर इतर काही माहिती उपलब्ध झाली असेल तर ती त्याला जोड म्हणून लिहून ठेवावी. यामुळे विषयाचे सखोल आकलन होण्यास मदत होते.

**विशेष महत्त्वाचंः** स्वतःची टिपणं स्वतःच पूर्ण आत्मविश्वासानं तयार करा.

दिवस 26

# वेळेचं अचूक नियोजन

वेळेचं योग्य नियोजन करण्यापूर्वी मुळात वेळेचं नियोजन म्हणजे काय? हे समाजावून घ्या. 'कारणी लावला जाणारा वेळ' आणि 'वाया जाणारा/घालविला जाणारा वेळ' यातलं प्रमाण शोधून त्यानुसार कामाची विभागणी आणि आखणी करणे म्हणजे वेळेचं नियोजन करणे होय. ज्या व्यक्तिचा जास्तीत जास्त वेळ कारणी लागतो आणि कमीत कमी वेळ वाया जातो त्या यशस्वी असतात. सध्याच्या धकाधकीच्या आयुष्यात वेळेचं नियोजन हा अत्यंत कळीचा मुद्दा बनला आहे. ज्याला हे वेळेचं नियोजन जमलं त्याला सर्वकाही साधलं. त्याला त्याची ध्येयं साध्य करता येतात, यशप्राप्ती करता येते आणि तणावमुक्त आनंदी आयुष्यही भरभरून जगता येतं. करियरमध्येही अशाच व्यक्तीला प्रगती साधता येते ज्याला हे वेळेचं नियोजन अचूक जमतं.

इंग्रजी भाषेत एक सुप्रसिध्द म्हण आहे, 'प्रत्येकाच्या दिवसात 24 तासच असतात'. हे शब्दशः खरं आहे का? वेळेचं नियोजन हा शब्दच काही जणांना भितीदायक वाटतो. हे काहीतरी खूप कठीण काम आहे अशी धास्तीच घेतलेली असते या लोकांनी. यासाठी आपण काय केलं पाहिजे तर, कोणताही विषय समजावून घेताना त्याच्या पायापासून सुरवात केली पाहिजे, पाया भक्कम असेल तर इमारत डगमगण्याची धास्ती रहात नाही.

आता आपण दिवसातले 24 तास असं म्हणतो त्यावेळेस मनात काय नकारात्मक भावना येते? की आपण हे सगळे तास व्यर्थ दवडत आहोत आणि इथूनच तणावाची सुरवात होते. असं पहा, प्रत्येकच व्यक्तीच्या दिवसातल्या चोवीस तासांपैकी काही तासच खरं तर आपल्याला सत्कारणी लावता येतात बाकीचे तास हे सर्वांचेच रोजच्या नित्यकर्मात जात असतात. हे जे काही तास असतात त्यात आपण काय

**आजची तारीख :** / / /
(कृपया पेन्सिलनं लिहावे)

करतो याला म्हणायचं वेळेचं नियोजन. आता तुमच्या लक्षात आलं असेलच की, याचे सरळ सरळ दोन गट पडतात. एक नित्यकर्मांचा अर्थात 'रूटोन'चा आणि दुसरा या व्यतिरिक्त उरणारा. पहिल्या गटातल्या कामांचं वेळापत्रक शिस्तीत बसवलं की त्यातून उरणारा वेळ हा दुसऱ्या गटाकडे सपूर्द करायचा म्हणजे मग आपल्याकडे 'काहीतरी भरीव' काम करण्यासाठी वेळ जास्त राहतो. एकदा हा बॅलन्स वाढला की मग या वेळेचं नियोजन करायचं म्हणजेच या वेळेवर शिस्तीची इस्त्री अलगद फिरवायची. आता हे सगळं करायचं म्हणजे तुमचा दृष्टिकोन आणि सवयी महत्त्वाच्या आहेत हे लक्षात घ्या. तुम्ही आळशी, बेशिस्त, बेजबाबदार गटात मोडणारे असाल तर तुम्हाला थोडे कष्ट घ्यावे लागणार आहेत हे तर उघडच आहे. जे असे नाहीत, मात्र गोंधळ असल्यानं वेळेचं नियोजन जमत नाही अशांसाठी परिस्थिती थोडी सुसह्य असणार आहे.

**विशाल, आशावादी आणि सकारात्मक दृष्टिकोन असणारे**– काहीजण सतत काहीतरी शिकण्याच्या धडपडीत असतात. केवळ शाळा, महाविद्यालयच नव्हे तर आजूबाजूच्या प्रत्येक गोष्टीचं निरीक्षण करत ते सतत काही ना काही शिकण्याचा प्रयत्न करताना दिसतात. जे असे धडपडे असतात, काष्टाळू असतात त्यांचे प्रयत्न इतरांकडून गांभिर्यानं घेतले जातात. असे लोक नेहमी सजग असतात त्यामुळे अगदी छोट्या छोट्या संधीही त्यांच्या नजरेतून सुटत नाहीत. म्हणून अशा लोकांना यशही मिळत जाते कारण एका अपयशानं ते थांबत नाहीत, त्यांची धडपड अव्याहत सुरू असते.

**संकुचित दृष्टिकोन असणारे**– असे लोक आळशी असतात. आयुष्यातल्या कोणत्याही गोष्टीचा हे लोक गांभिर्यानं विचार करत नाहीत. प्रत्येकच गोष्ट करण्यात हे आळशी असतात, कोणतीही गोष्ट पार पाडताना त्यात शिस्त असत नाही. म्हणून मग अशा लोकांचं आयुष्यही निरस आणि कंटाळवाणं असतं. म्हणून मग अशा लोकांचा वेळही वाया जात असतो. दिवसभरातला वेळ अशा प्रकारे आळसात वाया घालविल्यानं भरीव कामं करण्यासाठी त्यांच्याकडे वेळच उरत नाही. असे लोक मग त्यांच्या अपयशाचं खापर नशीब किंवा देव यांच्यावर फोडतात.

खाली दिलेल्या मुद्यांच्या आधारे तुम्ही वेळेचं नियोजन उत्तम प्रकारे करू शकाल. –

- सर्वप्रथम हे लक्षात घ्या की हे प्रकरण अभ्यासल्यानंतर ताबडतोब खूप मोठे आणि टोकाचे बदल तुमच्या दैनंदिनीत करू नका. सावकाश, ठामपणे आणि कायमस्वरूपी बदल करत जा, स्पेस कमी करा. ते स्विकारत जा.
- विद्यार्थ्यांच्याबाबतीत सांगायचं तर रोजचा अभ्यासही परिक्षेची तयारी असल्यासारखा गांभिर्यानं करायला सुरवात करा. मेंदूला एकदा हा दक्षतेचा इशारा मिळाला की तो जास्त अचूकपणे काम करायला लागतो.
- तुमच्याकडे तुमची सर्वसोयींनीयुक्त अशी स्वतंत्र खोली असेल तर उत्तमच

अन्यथा घरातच तुमच्यासाठी एक अभ्यास कोपरा तयार करा. ही जागा इतरांच्या हालचालीच्या मध्ये येणारी नसावी. एका बाजूला तुमचा इतरांना आणि इतरांचा तुम्हाला अडथळा होणार नाही अशा प्रकारे अभ्यासाला बसावे.

- या प्रकरणात अखेरीस दाखविल्यानुसार एक तक्ता बनवा. चार्टपेपरवर हा तक्ता बनवा आणि यातले रकाने पेन्सिलनं भरा, जेणेकरून काही बदल घडले तर ते नोंदविता येतील. यात सोमवारपासून रविवारपर्यंत अगदी उठल्यापासून झोपेपर्यंत काय काय कामं करायची असतात त्यानुसार किती वेळ लागतो हे तपासत त्याचं एक वेळापत्रक बनवा. इथे दिलेला तक्ता हा उदाहरण म्हणून तुम्हाला कल्पना यावी यासाठी दिलेला आहे. तुम्ही तुमच्या सोयीनुसार रकाने बनवू आणि भरू शकता.
- आता एक सप्ताह–प्रगतीपुस्तकही बनवा. यात तुम्ही हे वेळापत्रक किती प्रामाणिकपणानं पाळलं हे लिहा. हे केवळ तुमच्या स्वतःच्या मूल्यमापनासाठी असल्यानं प्रामाणिकपणानं लिहा. हे मित्राला, कुटुंबियांना दाखविण्याची गरज नाही. यात तुम्हाला तुम्ही किती प्रामाणिकपणानं वेळेचा सदुपयोग केला आणि किती वेळ व्यर्थ्य दवडला हे समजेल आणि पुढील सप्ताहात काय सुधारणा करायच्या हेदेखील लक्षात येईल.
- तुमच्या परिचयातील आणि वर्गातील हुशार विद्यार्थ्यांच्या संगतीत रहा यामुळे हे सगळे वेळेचा सदुपयोग कसा करतात हे समजेल. आपल्या परिचयातील सतत कार्यरत असणाऱ्या लोकांच्या संपर्कात राहिल्यानं प्रेरणा मिळते.
- वेळेचा सदुपयोग हा लहानपणापासूनच मनावर कोरला गेला पाहिजे, म्हणून ही पालकांची जबाबदारी आहे की मुलांना वेळेचं महत्त्व सांगितलं पाहिजे. मात्र हे करताना पालकांनी उपदेशाचे डोस पाजण्याचा अविर्भाव आणू नये. मुलांना स्वतःला वाटलं पाहिजे की, मला माझा वेळ ठोस कामांत लावला पाहिजे, त्यादृष्टीने त्यांना प्रेरणा देण्याचं काम पालकांनी करावं.
- तुमच्या अभ्यासाचं नियोजन हे तुम्हाला वर्गात अव्वल ठेवणारं असलं पाहिजे. हे वेळापत्रक थोडं लवचिक ठेवावं जेणे करून काही तातडीची कामं आली तर तुमच्या अभ्यासावर त्याचा परिणाम होऊ नये.
- शाळा ही शैक्षणिक संस्था असली तरीही तिथे सर्वांगिण विकासाच्या अनेक संधीदेखील मिळत असतात. त्या प्रत्येक संधीचा लाभ करून घ्यावा. प्रत्येकच गोष्टीत अव्वल आलंच पाहिजे असं नाही मात्र प्रत्येक गोीसाठीचे प्रयत्न अव्वल असले पाहिजेत. या कालखंडात मनोबळ, प्रेरणा, ध्यास आणि ऊर्जा यांचा प्रचंड स्त्रोत असतो त्याचा जास्तीत जास्त उपयोग आणि वापर करा.

- तुम्हाला तुमचं व्यक्तिमत्व परिपूर्ण बनवायचं असेल तर कधीही पुस्तकी किडा बनू नका, अभ्यासू बनणं याचा अर्थ केवळ आणि केवळ पुस्तकांत डोकं खुपसणं असा असत नाही. शिकणं ही एक प्रक्रिया आहे ती अनुभवा, आत्मसात करा. अभ्यासू बना मात्र पुस्तकात अडकून राहू नका. त्यासोबतच इतरही गोष्टीत रस घेत चला.
- शाळकरी वयात मित्र मैत्रीणी जोडता आल्या पाहिजेत. आजूबाजूला असणाऱ्या विविध स्वभावांच्या लोकांमधून आपल्याला योग्य लोक निवडता आले पाहिजेत हा धडा यामुळे मिळतो. लोकांची निवड चुकली तर आपण कसं अलिप्त होत गेलं पाहिजे हे कोणी न शिकवता आपलं आपल्याला समजत जातं. त्याचप्रमाणे विविध स्वभावाच्या लोकांशी कसं जुळवून घ्यायचं हेदेखील समजतं.
- अनेक वेळेस तुम्ही एखाद्या विषयाचा अभ्यास करता त्यावेळेस तुमचा मूड अर्थात मनःस्थिती कशी आहे हेदेखील महत्त्वाचं असतं. चांगल्या मूडमध्ये असताना आवडीचा विषय अभ्यासला तर त्याचा आनंदही मिळतो. म्हणून वेळापत्रकात अशा प्रकारे थोडी सवलत घेण्यास काहीच हरकत नाही.
- इथे एक साल्ला द्यावासा वाटतो, कठीण विषय किंवा प्रकरणं आधी अभ्यासावीत आणि तुलनेनं सोपी त्यानंतर. यामुळे कठीण विषय, प्रकरण अभ्यासल्यानंतरचा थकवा येणार नाही.
- तुम्ही अभ्यास करत असा किंवा इतर काही त्याकडे बघण्याचा दृष्टकोन नेहमी उत्कट आणि आशावादी असला पाहिजे. यामुळे हे काम करताना जर काही अडचण आली तर त्याचा तणाव तर येतच नाही शिवाय आपला मेंदूच परस्पर त्याचा निकाल लावून टाकतो कारण या दोन भावना मेंदूत ज्यावेळेस प्रबळ असतात त्यावेळेस इतर नकारात्मक भावनांना थाराच मिळत नाही.
- तुम्हाला खरोखरच गरज असते त्यावेळेस तुमच्यावर असणाऱ्या काही जबाबदाऱ्या इतरांकडे सुपूर्द करण्यात काहीच अडचण असायला नको. त्या जबाबदाऱ्या जो कोणी त्याच सक्षमतेनं पार पाडू शकतो अशाकडे त्या सोपविल्या पाहिजेते.
- आता वाढलेल्या आत्मविश्वासानं आणि सरावानं तुमचं अभ्यास करण्याचं कौशल्य अधिक चांगलं झालं असेल. आत्तापर्यंत अभ्यासलेल्या तंत्रांमुळे तुमच्या मेंदूचा अधिक कार्यक्षमपणे वापर कसा करावा हे तुम्हाला समजलेलं असल्यानं त्याची ग्रहण आणि संग्रणशक्तीही वाढलेली आहे. याचा परिणाम कोणताही विषय अधिक परिणामकारकतेनं समजून घेण्यावर झालेला आहे.

## याव्यतिरिक्त काही महत्त्वाचे मुद्दे असे–

- वरचेवर छोटे ब्रेक घ्या. पटकन् केलेली आंघोळ, एखादं ज्युस किंवा हात पाय धुणे यामुळे एकाचजागी बसून जे अवघडलेपण आलेलं असतं ते जाऊन शरीर हलकं होतं आणि अभ्यासाला गती मिळते.
- अभ्यासासाठी कसे बसता हेदेखील महत्त्वाचं आहे. बैठक व्यवस्थित नसेल तर शारीरिक व्याधी उद्‌भवण्याचीही शक्यता असते.
- टेबल लॅम्पचा वापर करा. जिथे अभ्यासाला बसणार आहात तेव्हढाच भाग उजेडात आणा यामुळे केवळ अभ्यासाकडेच लक्ष रहातं. एकाग्रता ढळू नये म्हणून याचा उपयोग होतो.
- गजराच्या घड्याळाचा वापर करा. विद्यार्थ्यांचा मित्र म्हणजे हे गजराचं घड्याळ. तुमच्या वेळात्रकानुसार गजर लावत चला. यामुळे एक विषय संपवून दुसरा हातात घेण्याची वेळ पाळली जाईल.

**विशेष महत्त्वाचंः** हे प्रकरण किमान दोन ते तीनवेळा वाचलं तरच संदिग्धता दूर होईल आणि याचा अधिक फायदा येईल.

| वेळ | सोमवार | मंगळवार | बुधवार | गुरूवार | शुक्रवार | शनिवार |
|---|---|---|---|---|---|---|
| स 5–6 | सकाळी उठून प्रांतविधी आटपून अभ्यासाला बसणे. | | | | | |
| स 6–7 | अभ्यास संपवून शाळेची तयारी करणे. | | | | | |
| स 7–8 | शाळेसाठी जाणे | | | | | |
| स 8–9 | शाळा | | शाळा | शाळा | | |
| स 9–10 | शाळा | | शाळा | शाळा | | |
| स 10–11 | शाळा | | शाळा | शाळा | | |
| स 11–12 | शाळा | | शाळा | शाळा | | |
| दु 12–1 | शाळा | | शाळा | शाळा | | |
| दु 1–2 | शाळा | | शाळा | शाळा | | |
| दु 2–3 | | घरी पोहोचून आवरावर करणे | | | | |
| दु 3–4 | | आराम करणे, हलकं जेवण घेणे आणि वामकुक्षी करणे | | | | |
| दु 4–5 | | अभ्यासाला बसणे किंवा शिकवणीला जाणे | | | | |
| सा 5–6 | | अभ्यासाला बसणे किंवा शिकवणीला जाणे | | | | |
| सा 6–7 | | अंघोळ करून काहीतरी खाऊ खाऊन अभ्यासाला बसणे. | | | | |
| सा 7–8 | | अभ्यास करणे | | | | |
| रा 8–9 | | अभ्यास करणे | | | | |

रा 9—10 रात्रीचं जेवण, गप्पा आणि अर्ध्या तासाचा ब्रेक

रा 10—11 अभ्यास करणे

रा 11—प5 झोप

रविवारचं वेळापत्रक

स 5—8 उठून तयारी करून एखाद्या बागेत फिरायला जाणे/ खेळ खेळणे/झोपणे

स 8—10 परत येऊन/उठून नाश्मा करणे, कुटुंबियांसोबत गप्पा करणे, आराम करणे

स10—12 आंघोळ/सकाळी व्यायाम केला असल्यास झोपणे/ जे हवं ते करणे

स12—5 अभ्यास करणे/ मित्रांकडे जाणे/चित्रपट बघायला जाणे

> **विशेष महत्त्वाचं:** रविवार हा एकच दिवस असा असतो, ज्या दिवशी दैनंदिनी थोडी निराळी असते वेळ रोजच्या पेक्षा जास्त असतो आणि म्हणून तो वायाही घालविला जातो. या दिवशी गतसप्ताहातील उजळणी महत्त्वाची असते.

रविवार म्हणजे सुट्टीचा, सवडीचा आणि आरामाचा दिवस असं समीकरण आहे. मात्र विद्यार्थी दशेत हा दिवस खूप महत्त्वाचा असतो. या दिवशी इतरजण आराम करण्यात वेळ घालवत असतात त्यावेळेस तुम्ही गतसप्ताहातील उजळणीत व्यस्त असलं पाहिजे. झोप आणि इतर वेळापत्रकात थोडी सवलत घेतली तरीही चालण्यासारखं आहे मात्र खूप जास्त ढील घ्याल तर नुकसानच होणार आहे. म्हणून रविवारचं वेळापत्रक काळजीपूर्वक बनवा.

सुट्टीचा आनंद घेताना हे लक्षात घ्या की, विद्यार्थी दशा ही शिक्षणाला वाहिलेली असली पाहिजे कारण हा कालखंड आयुष्यात परत फिरून येणार नसतो आणि या कालखंडात जे साध्य करणार आहात ते आयुष्य घडविणारं, आयुष्यभर पुरणारं असतं.

दिवस 27

# अभ्यासातील रूची वाढवा

यशाच्या ज्या अनेक छोट्या मोठ्या किल्ल्या आहेत त्यापैकी एक म्हणजे अभ्यासात रूची असणं. काही विद्यार्थी प्रथमपासून अभ्यासात रूची घेणारे असतात मात्र काही आळशी असतात. जे अभ्यासात रूची घेणारे असतात ते शाळेतील आणि अभ्यासाव्यतिरीक्त इतर अभ्यासांतर्गत, पुरक गोष्टीतही रूची घेऊन यश मिळवत असतात. आळशी विद्यार्थी मात्र प्रयत्न न करणारे आणि दिवास्वप्न बघणारे असतात. सतत वेळ वाया घालवत निरर्थक गोष्टी करण्यात यांचा वेळ जात असतो शाळेच्या आवारात उगाचच भटकणारे विद्यार्थी या गटातले असतात. या निरूद्देश रहाणाऱ्यातही दोन पोटगट आहेत, एक गटातील विद्यार्थी हे वृत्तीनंच बेफिकीर असतात, त्यांना एकूणच अभ्यासाचा कंटाळा असतो तर दुसऱ्या गटातल्या विद्यार्थ्यांना भांबावलेपणा असतो. घरच्या आर्थिक विवंचना, कौटुंबिक कलह, अस्थिर वातावरण याचाही परिणाम त्यांच्यावर होत असतो.

लहान वयात मुलांना कशा प्रकारे पोषक वातावरण मिळतं, पालक काय

**आजची तारीख :** / / /
(कृपया पेन्सिलनं लिहावे)

संस्कार करतात, शिक्षक काय शिकवतात यावर खूप गोष्टी अवलंबून असतात. हे सर्व पोषक वातावरण मिळणारी मुलं आयुष्यात सकारात्मक, आशावादी दृष्टिकोन ठेवून जगतात आणि म्हणून यशस्वीही होतात.

शिक्षण ही एक प्रक्रिया आहे आणि ती एका रात्रीत होणारी नसते ही एक अव्याहत चालू रहाणारी प्रक्रिया असून जी व्यक्ती या प्रक्रियेत समावून जाऊन विषय मुळापासून समजावून घेत शिकते ती यशाच्या पायऱ्या चढत जाते. केवळ परिक्षेच्या कालावधीत अभ्यास करणाऱ्यांना परीक्षेत यश मिळतंही मात्र त्या विषयाचं आकलन कितपत होतं हा प्रष्नच आहे. वर्षभर टिवल्या–बावल्या करून केवळ परिक्षेच्या आधी अभ्यास करणं तब्येतीसाठीही धोकादायक आहे. यामुळे मनावर खूप जास्त ताण येतो ज्याचा परिणाम शरीरावरही दिसतो. माराूचे विकार, अपचनाचे विकार, मायग्रेनसारखी डोकेदुखी अशा विकारांचा सामना करावा लागतो. एकदा का ती इयत्ता उलटून गेलं की मग पुन्हा तुम्ही ती परत आणू शकणार नाही. एकदा गेलेला वेळ परत येत नाही त्यामुळे आत्ता जो हातात वेळ आहे त्याची कदर करत त्याचा पुरेपूर वापर करा. मागच्या इयत्तेत अभ्यासाकडे गांभिर्यानं पाहिलेलं नसल्यानं पुढच्या इयत्तेतील अभ्यासाच्या वेळेस भांबावलेपणा येतो. अभ्यासक्रम म्हणजे काय असतं तर अगदी पहिल्यापासून एका विषयाचं बोट धरून त्याच्या बाल्यावस्थेपासून ते परिपूर्णतेपर्यंत शिकणं. हे शिकणं एकाच वर्षात शक्य नसल्यानं हळू हळू प्रत्येक वर्षी त्याचा विस्तार केलेला असतो. उदाहरणार्थ तुम्हाला थेट गणितातल्या संज्ञा शिकविल्या जात नाहीत. वयाच्या पाचव्या वर्षी आधी अंकांची ओळख करून दिली जाते, त्यानंतर प्राथमिक संज्ञांची ओळख मग पाढे आणि त्यानंतर मग याच्या पुढचा सगळा अभ्यास येतो. पुढचं पक्कं होण्यासाठी पाया पक्का पाहिजे म्हणून संख्यांची, संज्ञांची ओळख करून घेतानाच गोंधळ केलेला असेल, दुर्लक्ष केलेलं असेल तर पुढे सगळंच अनिष्चित, डळमळीत होतं.

पूर्ण वर्षभर प्रत्येक विषय अगदी सावकाशपणानं हाताळला पाहिजे. पुन्हा वाचून समजावून घेतला तर वार्षिक परिक्षेच्या वेळेस तारांबळ उडणार नाही. शाळेच्या पहिल्या दिवसापासून अभ्यासाला लागा. नुसते धडे वाचण्यासाठी शिक्षकांनी काही शिकविण्याची गरज नसते. अशा प्रकारे पहिल्यापासून जो शिकतो त्याला त्याचं यशही स्पष्टपणानं दिसत असत, या प्रक्रियेला इंग्रजीत 'ले'इटण्ट लर्निंग' म्हणून संबोधलं जातं. यामुळे अभ्यासाचा थकवा येत नाही आणि ग्रहणशक्ती वाढत जाते.

एकविसाव्या शतकाचा विचार करता प्रत्येकच क्षेत्रात इतकी प्रचंड प्रगती झालेली आहे, इतके शोध लागलेले आहेत की आजच्या विद्यार्थ्यांसाठी मागील काही पिढ्यांचा विचार करता आजच्या विद्यार्थ्यांचा शिक्षणाचा परिघही विस्तारला आहे. म्हणजेच त्यांना हे सगळं शिकण्यासाठी जास्तीचा वेळही द्यावा लागणार आहे. आता काळ कितीही पुढे सरकला तरीही दिवसातले तास तितकेच रहाणार असल्यानं आहे त्या वेळेतच जास्तीत जास्त शिकण्याकडे कल राहिला पाहिजे म्हणजे मग मेंदूची

शक्ती वाढविणं अपरिहार्य आहे. या धावत्या जगात अभ्यासही त्याच गतीनं करणं भाग आहे, त्यावाचून गत्यंतर नाही. या गतीशी एक ताल साधत ज्याला अभ्यास जमला त्याला सगळं जिंकता आलं.

## अभ्यासाची गती कशी तपासाल

- स्टॉपवॉचा लावा आणि एखाद्या भाषेतील वाक्य पाच मिनिटं न थांबता सलग स्पष्टपपणानं वाचा.
- बरोब्बर पाच मिनिटांनतर थांबा.
- आता तुम्ही किती शब्द वाचले ते मोजून त्याला 5 नं भागा आलेलं उत्तर म्हणजे प्रत्येक शब्द वाचण्यासाठी तुम्हाला लागलेला वेळ.
- अशा प्रकारे तुम्ही तुमच्या वाचनाचा वेग तपासून त्यानुसार वाचनासाठी किती वेळ द्यावा लागेल याचं अचूक नियोजन करू शकाल.
- हेच तंत्र लिखाणासाठी वापरा.
- प्रत्येक शनिवारी अशा प्रकारची चाचणी घेऊन तुम्ही प्रगती तपासू शकाल.

## गती कशी वाढवावी

- सोमवारपासून सुरवात करा, दरदिवशी दोन विषय घ्या.
- नेहमी वाचता त्यापेक्षा थोड्या जलद गतीनं वाचन करा, यामुळे तुमचा वाचण्याचा वेग वाढेल.

- गतीनं वाचून झाल्यानंतर आता तेच तुमच्या नेहमीच्या गतीनं वाचा. यामुळे वेळेतला फरक तुमच्या लक्षात यईल.
- गतीनं वाचत असतानाच विषय समजून घेण्याचं कसबही मेंदू हळूहळू आत्मसात करेल
- अशा प्रकारे गती वाढविल्यास सर्वच विषयांतील सर्व अभ्यासक्रम लवकर अभ्यासून पूर्ण होईल.
- गती वाढविल्यानं तुम्हाला इतर काही प्रोजेक्टसाठी, संशोधन करण्यासाठी जास्तीचा वेळ देणं शक्य होईल.
- प्रत्येक विषयाची टिपणं काढण्याची सवयही वेळ वाचविणारी असते त्यामुळे अभ्यासात याचा समावेश करा.
- अशा प्रकारे एकदा का अभ्यासातली गती वाढली की तुम्ही वर्गात इतरांच्या पुढेच रहाल.
- अशाप्रकारे आता तुम्ही प्रत्येकच विषयात प्रावीण्य मिळवू शकणार आहात.

## गतीनं वाचन करताना घ्यायची खबरदारी

- कोणताही शब्द वगळू नये किंवा त्याचा उद्गार चुकीचा करू नये. यामुळे वाचनाची गती तर वाढेल पण व्याकरणातल्या चुका वाढतील.
- अशा चुका तुमचे गुण कमी करतातच शिवाय या चुका कायमच्या रहात असल्यानं पुढील आयुष्यातही तुम्हाला लाजिरवाण्या प्रसंगातून जाण्यास भाग पाडणाऱ्या असतात.
- म्हणूनच गतीनं वाचत असताना प्रत्येक शब्द काळजीपूर्वक योग्य उडद्गारांसहित आणि त्याचा अर्थ समजावून घेत वाचण्याची सवय लावून घ्या.
- लिखाणाच्या बाबतीतही हाच नियम लक्षात ठेवा. वाक्यरचना, स्पेलिंग या सगळ्याची काळजी घेत लिखाण करावं.
- अलिकडे संक्षिप्त शब्द लिहिण्याची फॅशन आलेली आहे, विषेशतः इंग्रजीत, व्यंजनं वगळून लिहिण्याच्या या सवयीमुळे कालांतरानं मेंदूचा गोंधळ उडण्याची शक्यता असते. म्हणून कोणतीही भाषा लिहिताना ती तिच्या मूळ स्वरूपातच लिहिली गेली पाहिजे.

**विशेष महत्त्वाचं:** हे प्रकरण तीन ते चार वेळा लक्षपूर्वक वाचा, यामुळे वाचनाची गती वाढेल.

दि
व
स
28

# सकारात्मक विचार आणि आत्मविश्वास

आत्मविश्वास ही आणखी एक यशप्राप्तीची किल्ली आहे. समाजात सन्मान मिळविण्यासाठी याचा फायदा होतो. यशप्राप्तीसाठी सकारात्मकदृष्टिकोनाची गरज असते. मनाची ही घडण बनविण्यासाठी खाली दिलेली वाक्य स्वगत अथवा मोठयांदा दिवसातून वरचेवर म्हणावीत. याचा तुम्हाला अनेक मार्गांनी नक्कीच फायदा होणार आहे–

✓ हो. मला हे जमणार आहे.

✓ मी या स्पर्धेचा विजेता बनणारच

✓ हो. मी माझं ध्येय साध्य करणारच

✓ हो. मी यशस्वी होणारच.

✓ हो. मी उत्तम गुण मिळवून उत्तीर्ण होणार आहे.

✓ हो. मी वर्गात प्रथम येणार आहे.

✓ हो. मला ही नोकरी मिळणार आहे.

**आजची तारीख :** / / /
(कृपया पेन्सिलनं लिहावे)

✓ हो. मी माझ्या शत्रूंना/विरोधकांना हरविणार आहे.

✓ हो. मी माझ्या देशासाठी भरीव कार्य करणार आहे.

✓ हो. मी..........

अशा पध्दतीनं तुम्हाला जे जे वाटतं ते मोठयांदा म्हणा. सकारात्मकदृष्टिकोन अंगी सच्चेखेपणा आणि विश्वासार्हताही बाणवितो. यासाठी खाली दिलेली वाक्य नियमित आणि मोठयांदा म्हणा–

✓ माझं देवावर आणि देवाचं माझ्यावर प्रेम आहे.

✓ माझा देवावर आणि कार्यपध्दतीवर विश्वास आहे.

✓ मी नेहमी सत्य बोलेन.

✓ आजपासून मी खोटं बोलणार नाही.

✓ आजपासून मी कोणत्याही कारणास्तव कोणावरही संतापणार नाही

✓ आजपासून मी कोणाचाही कशाहीसाठी मत्सर करणार नाही.

✓ मी नेहमी प्रामाणिकपणे प्रयत्न करेन.

✓ मी शाळेमध्ये नियमित उपस्थिती लावेन.

✓ मी ऑफिसमध्ये रोज वेळेत जाईन.

✓ मी अन्न वाया घालविणार नाही.

✓ मी अन्नाची नासाडी करणार नाही.

✓ मी मोठ्यांचा आदर करेन

✓ मी शेजाऱ्यांचा आदर करेन.

✓ मी लहान मुलांवर प्रेम करेन

✓ मी नियमांचं पालन करेन.

✓ मी प्राणीमात्रांचं रक्षण करेन, त्यांना हानी पोहोचविणार नाही.

✓ मी  निसर्गाचं रक्षण करेन

✓ मी रस्त्यावर कचरा करणार नाही

✓ मी कोणालाही दुखावणार नाही.

✓ मी कधीही....... करणार नाही...

अशा प्रकारे तुम्हाला ज्या गोष्टी आचरणात आणाव्याशा वाटतात त्यांची यादी करून ती नेहमी मोठयांदा म्हणा. रोज सकाळी उठल्यावर आणि रात्री झोपण्यापूर्वी ही वाक्यं मोठयांदा म्हणा.

## आत्मविश्वास अंगी आणण्यासाठी

- सर्वप्रथम एका आगदावर तुमच्यातले अवगुण आणि तुम्ही ज्यात कमकुवत आहात ते सगळे स्वभावविशेष आणि सवयी लिहून काढा
- सकारात्मक विचार करा, सकारात्मक कृती करा आणि नेहमी चेहरा हसरा ठेवा. यामुळे अशाच प्रकारची सकारात्मक विचार असणारी माणसं तुम्हाला भेटायला लागतील आणि तुमचा आत्मविश्वास वाढीला लागेल.
- सतत कार्यरत रहा. काहीतरी काम सतत करत राहिल्यानं तुमच्यातील आत्मविश्वास वाढीला लागल्याचं तुमच्या लक्षात येईल.
- विविध माध्यमातून चालू घडामोडींबाबत माहिती करून घेत चला.
- सर्व सुशिक्षीत, हुशार आणि यशवंत व्यक्ती हळुवार, संयमी भाषेत आणि मोजकं बोलतात शिवाय त्या उत्तम श्रोत्या असतात. त्यामुळे या सवयी तुम्हीही अंगिकारायला हरकत नाहीत.
- तुमच्यातल्या क्षमतांचा हळूहळू विकास करा. टप्प्याटप्प्यानं हा विकास करा, जेणे करून तुम्हालाच तुमची प्रगती कशी चालली आहे हे तपासता येणार आहे.
- नियमित व्यायाम, मग ते रोजचं जलद चालणं असो, एरोबिकस असो, योगासनं असोत तुम्हाला तंदुरूस्त ठेवतात आणि तणावापासून मुक्त आनंदी आयुष्य देतात.
- समाजातील यशस्वी आणि मान्यताप्राप्त व्यक्तींशी संपर्कात रहा. यामुळे तुम्हालाही प्रेरणा तर मिळेलच शिवाय या व्यक्तींकडून मार्गदर्शन, काही मोलाचे सल्लेही मिळतील.

- साठून राहिलेली कामं तणाव निर्माण करणारी आणि आत्मविश्वासाचं खङ्च्चीकरण करणारी असतात म्हणून जे ते काम ज्या त्या वेळेसच पूर्ण करा.
- सतत कोणत्या ना कोणत्या कामात व्यग्र रहा. स्वतःला असं कशाततरी गुंतवून ठेवल्यानं निराशा, आळसटलेपणा येत नाही.
- नोकरीच्या ठिकाणी उत्तम व्यवहार हे आत्मविश्वास वाढविण्याचं आणखी एक तंत्र आहे. तुम्ही वागायला चांगले असाल तर तुमच्याविषयी मत चांगलं होतं आणि त्याचा तुम्हाला नक्कीच फायदा होतो.
- इतरांच्या वर्तणुकीचा फुका विचार करण्याऐवजी तुमची प्रगती कशी साधता येईल याचा विचार करा.
- स्वतःच्या कुवतीनुसार स्वतःची ध्येयं आणि उधीष्ट बनवा, इतरांशी तुलना करून कधीच कोणतीही योजना बनवू नका त्याने तोटाच होईल.

इंग्रजीत एक शब्दप्रयोग आहे, 'ऑलवेज बी युवरसेल्फ'. या जगात लाखो, करोडो व्यक्ती आहेत आणि त्या प्रत्येकाचं स्वभाववैशिष्ट्या भिन्न आहे, कोणाची कोणाशी तुलना होऊच शकणार नाही म्हणून तुम्ही जसे आहात तसेच चांगले आहात, कोणाचंही व्यर्थ्थ अनुकरण करू नका. मात्र स्वतःची प्रगती करण्याचं काम सतत सुरू ठेवा. तुम्ही जसे आहात तसेच रहाणार आहात, कोणासारखं तरी बनण्याच्या अट्टाहासापायी तुम्ही स्वतःला हरवून बसाल आणि तुमच्या व्यक्तिमत्त्वातल्या काही अनोख्या गोष्टी कधीच उजळणार नाहीत.

**विशेष महत्त्वाचंः** हे प्रकरण तुम्हाला अनेक यशवंत व्यक्तींचं रहस्य सांगणारं असल्यानं रंजक वाटलं असेल. एक यशस्वी व्यक्ती बनण्यासाठी अनेक घटक कारण असतात, त्यांचा विचार करा आणि आचरणात आणण्याचा प्रयत्न करा.

दिवस 29

# परीक्षेची पूर्वतयारी

परीक्षेच्या आधीचे काही दिवस हे पूर्वतयारीचे आणि म्हणून खूप महत्त्वाचेही असतात. तुम्ही यशाच्या अगदी जवळ असता म्हणूनच तणावही वाढलेला असतो. या प्रकरणात परिक्षेला काही दिवस राहिलेले असताना कशा प्रकारे तयारी करायला हवी याचं मार्गदर्शन करण्यात आलेलं आहे.

## तरतरीत आणि निरोगी रहा

परीक्षेच्याआधी आरोग्य सांभाळणं जरूरी आहे कारण अनेक गोष्टी असतात ज्यामुळे अनारोग्याचा धोका संभवतो. परीक्षेचा तणाव, रात्रीची जागरणं, चुकीचा आहार आणि बिघडलेली दिनचर्या यामुळे आरोग्यावर परिणाम होण्याची शक्यता असते. यापूर्वीच्या अनेक प्रकरणांमधून आपण पाहिलंच आहे की, मेंदू तरतरीत असेल तर त्याची कार्यक्षमताही वाढते आणि म्हणून या कालावधीत तर याची सर्वात जास्त गरज असते. उत्तम कामगिरीसाठी या कालावधीत तणावमुक्त राहिलं पाहिजे. या कालावधीत हलका आहार, पुरेशी विश्रांती, हलका व्यायाम याची गरज असते. घरगुती अन्नपदार्थ खावेत, जंकफूड अगदी टाळलं पाहिजे. पाणी पुरेसं प्यायलं पाहिजे.

**आजची तारीख :** / / /
(कृपया पेन्सिलनं लिहावे)

## पालकांनी काय केलं पाहिजे

मुलांसाठी हा कालखंड महत्त्वाचा असल्यानं पालकांनीही या काळात विशेष लक्ष दिलं पाहिजें.

- सकाळी उठल्यावर हलका आणि ताजा नाष्ट एक कप गरम दूध आणि टोस्ट अथवा पोळी. आठवड्यातून एकदा किंवा तीनदा अंडं. रात्री भिजत घालून सकाळी सालं काढून 5–7 बदाम. यामुळे मुलांना दिवसभरातली शक्ती मिळते आणि आळसटल्यासारखं वाटत नाही.
- शक्य असल्यास एखाद्या आहारतज्ज्ञाचा सल्ला घ्यायला हरकत नाही. तुमच्या प्रकृतीनुसार तो आहार तक्ता बनवून देऊ शकतो त्यामुळे विचित्र काही खांचल्ल जाणार नाही.
- आजकाल इंटरनेट किंवा पुस्तकांतूनही अशा प्रकारचा आहार तक्ता मिळू शकतो मात्र यात एक तोटा असा आहे की तो तुमचा आहार आणि तुमच्या गरजा लक्षात घेऊन बनविलेला नसेल.
- स्वतःच्या डोक्यानं कोणत्याही प्रकारच्या फूडसप्लिमेंटस् किंवा शक्तीवर्धकं घेऊ नयेत किंवा पालकांनी मुलांना देऊ नयेत.
- भरपूर फळं, सॅलड, भाज्यांचे रस प्यायला द्यावेत
- दुपारच्या जेवणात पोळी–भाजी/उसळ, ताक, सॅलड/कोशिंबीर आणि शेवटी काहीतरी गोड खाण्यास द्यावं यामुळे आनंदी मनोअवस्था होते. मूड चांगला असेल तर अभ्यासही चांगला होतो.
- संध्याकाळच्या वेळेत एक कप गरम दूध आणि चार बिस्किटं खायला द्यावीत. आठवड्यातून किमान दोनवेळा सुकामेवा द्या. यामुळे जरूर ती जीवनसत्वं आणि खनिजं मिळतील.
- रात्रीचं जेवण लवकर म्हणजे आठपूर्वीच घ्यावं आणि ते अगदी हलकं असलं पाहिजे. यामुळे  रात्री थोडावेळ अभ्यास करायचा असल्यास त्यांना झोप आल्यासारखं होणार नाही, जड जड वाटणार नाही.
- रात्री झोपण्यापूर्वी दीड ग्लास दूध गरम करून दिल्यानं त्यांना सकाळी उठताना जडपणा जाणवणार नाही.

निरोगी मन हे सकारात्मक विचारांच्या मशागतीनं बनतं. असं मन हे तणावांना, काळजीला, दुःखाला दूर ठेवू शकतं. इथे आपण आपलं मन अशाच प्रकारे सकारात्मक ठेवण्याचा प्रयत्न करणार आहोत ज्यायोगे दिवसभर आपल्याला तरतरीत, उत्साही आणि आनंदी वाटणार आहे.

## प्रोत्साहन द्या

मुलांना प्रोत्साहित केल्यानं त्यांचा उत्साह वाढीस लागतो. त्यांच्या अभ्यासातील रूची वाढावी म्हणून विशेष प्रयत्न करायला हवेत.

## संयम

परीक्षेच्या कालावधीत विशेष संयम बाळगण्याची आवष्यकता असते कारण याच दरम्यान तणाव वाढल्यानं बेचैनी, चिडचिड वाढलेली असते. या कालावधीत पालक आणि पाल्य दोघांनीही शांत रहाण्याची आणि संयम बाळगण्याची गरज असते. प्रयत्नपूर्वक शांत राहिल्यानं पेपरवर अनिष्ट परिणाम होत नाही.

## इलेक्ट्रॉनिक उपकरणं दूर ठेवा

आजकाल आपण इलेक्ट्रॉनिक उपकरणांच्या जंजाळातच रहातो आहोत. या उपकरणातून येणाऱ्या इलेक्ट्रोमॅग्नेटिक रेडिएशन् आरोग्यासाठी हानिकारक असतात. टेलिव्हिजन, मोबाईल, फ्रीज, कॉम्प्युटर ही उपकरणं तर आता घराघरात आढळतात. काही उपकरणांतु हे रेडिएशन मोठ्या प्रमाणात उत्सर्जित होतात तर काहींतून कमी मात्र रेडिएशन सर्वातून येत असतात. ही उपकरणं आपल्यापासून किती अंतरावर आहेत यावरही बऱ्याच गोष्टी अवलंबून असतात. या सर्व उपकरणांचा वापर मर्यादित प्रमाणातच झाला पाहिजे.

## अभ्यासाच्या खोलीत जास्तीत जास्त वेळ राहिलं पाहिजे

अभ्यासाच्या खोलीत अभ्यासाला पोषक वातावरण असतं आणि लक्ष विचलित होण्यासारखं इथे काही नसल्यानं जास्तीत जास्त कालावधी या खोलीत व्यतीत केला पाहिजे.

## सौम्य व्यायामप्रकार करा

घरातच करण्यासारखे सौम्य व्यायामप्रकार करा. स्ट्रेचिंग, योगासनांसारखे व्यायाम या कालावधीत करा. यामुळे शरीर सैल पडतं आणि आराम मिळतो.

## मसाज

नियमितपणे मसाज केल्यानंही शरीर आणि मनाला आराम मिळतो. या कालावधीत अशा प्रकारे मसाज घेतला तर त्याचा फायदाच होईल शिवाय तणावही दूर होईल.

## कठीण विषयाचा अभ्यास कसा करावा

समजण्यास कठीण विषयाचा अभ्यास नियमित आणि लक्षपूर्वक केला पाहिजे. परीक्षेच्या वेळापत्रकातील विषयांच्या बरोबरीनं रोज या कठीण विषयाचा अभ्यासही करत जा.

## नियोजन करा

जे विद्यार्थी परीक्षेच्या अभ्यासाचं नियोजन योग्य प्रकारे करतात आणि वरचेवर शिक्षकांच्या संपर्कात असतात त्यांचा अभ्यास नेहमीच व्यवस्थित होत असतो. अभ्यास नियमित करत असताना वेळच्यावेळी शिक्षकांचं मार्गदर्शन घेत शंका निरसन करत गेल्यास कठीण मुद्दे वेळीच समजतात.

## कठीण विषयातली रूची वाढवा

ज्या विषयात तुम्हाला कमी रूची आहे, जे रामजायला कठीण वाटतात अशांना जास्त वेळ देण्याची गरज असते. त्यामुळे नेहमीच्या विषयांसोबत अधून मधून हे विषयदेखील अभ्यासा. नियमितपणामुळे हळूहळू विषय समजू लागेल आणि त्यातली रूचिही वाढत जाईल. या कठीण विषयांसाठी शिक्षक, पालक किंवा या विषयातले जाणकार यांची मदत घेतल्यास त्याचा फायदाच होईल.

## पहिल्यापासून अभ्यास करा

जे विद्यार्थी पहिल्यापासूनच नियोजन करून अभ्यास करत असतात त्यांची उजळण ी आणि सरावही वरचेवर होत राहातो. यामुळे अभ्यास पक्का लक्षात रहातो. ऐनवेळेस अभ्यास करणाऱ्यांच्या बाबतीत बरोबर उलट चित्र असतं. ऐनवेळेस अभ्यासाला सुरवात झाल्यानं विषय समजावून घेण्यापासून गोंधळ सुरू होतो. म्हणून जितका दीर्घकाळ अभ्यास कराल तितकंच ते फायद्याचं होईल.

## पहाटे अभ्यास करा

दिवसभरातली अभ्यासासाठी उत्तम वेळ कोणती? तर पहाटेची. याचं कारण म्हणजे रात्रीची झोप झालेली असते. मेंदूची पूर्ण विश्रांती झाल्यानं तो तरतरीत असतो आणि पहाटेची वेळही प्रसन्न असते. विषय समजून घेण्यास ही वेळ उत्तम असते. याउलट रात्रिजागून अभ्यास केल्यानं अनेक तोटे होतात. पित्तासारखे विकार तर उद्‌भवतात शिवाय झोप अपुरी झाल्यानं मेंदूला तरतरीही नसते.

## एकांतात अभ्यास करा

अभ्यास हा नेहमी एकट्यानं आणि शांततेत करावा. एरवी गट अभ्यास ठीक असला तरीही परीक्षेपूर्वी मात्र एकट्यानच अभ्यास केलेला बरा. यामुळे एकाग्रता रहाते.

## आळशीपणा झटकून टाका

आळस हा विद्यार्थीदशेतला कट्टर शत्रू मानला पाहिजे. या वयात प्रचंड उत्साह आणि ऊर्जा असते तिचा योग्य तो वापर केला गेला पाहिजे. आळशीपणामुळे अनेक चांगल्या सवयी दूर होतात. विशेषतः परीक्षेच्या काळात तर आळस हा महाभयंकर शत्रू आहे. त्याला अजिबात थारा देऊ नये.

ताठ बसा—अभ्यासाला नेहमी ताठ बसावं. चुकीच्या पध्दतीनं बसल्यास पाठ आणि गुडघे दुखायला सुरवात होते. पाठीला पोक काढून कधीही बसू नये.

## टिपणांची उजळणी करा

वर्षभर जी टिपणं काढलेली आहेत त्यांची उजळणी या दिवसात करावी. यामुळे कमीत कमी वेळेत जास्तीत जास्त अभ्यासक्रम पूर्ण करता येतो.

## हेल्प गाईड

बाजारात विविध प्रकाशनांतर्फे हेल्प गाईड प्रसिध्द केली जातात. अनेकजण केवळ या गाईडच्या भरवशावर असतात. हे अत्यंत चूक आहे. गाईडचा वापर करायला हरकत काहीच नाही कारण यात गत काही वर्षांचे पेपर सोडविलेले असतात, अपेक्षित पेपरही असतो, मुद्देसूद उत्तरं असतात मात्र केवळ हे वाचणं म्हणजेच अभ्यास असं समजणं घातक आहे. विषय अधिक चांगल्याप्रकारे समजावून घेण्यासाठी किंवा पूरक म्हणूनच गाईडचा वापर झाला पाहिजे.

---

**विशेष महत्त्वाचं:** हे प्रकरण विद्यार्थ्यांसाठी विशेष महत्त्वाचं आहे. परीक्षेच्या नियोजन आणि तयारीसाठी अत्यंत महत्वपूर्ण असल्यानं ते पुन्हा पुन्हा वाचा आणि त्यानुसार नियोजन करा. यापैकी बऱ्याच गोष्टी तुम्हाला आधीपासूनच माहीत असतील कदाचित मात्र इथे पुन्हा एकदा विषयाच्या अनुषंगानं उजळणी केलेली आहे.

दिवस 30

# अभ्यासू कसे बनावे

विद्यार्थी दशेत अभ्यास आणि हुशारी ही केंद्रस्थानी असते. उत्तम गुण मिळविणे हा या कालखंडातील एक महत्त्वाचा मुद्दा असतो. उत्तम शैक्षणिक यश मिळविण्यासाठी हुशार तर असावं लागतं पण; अभ्यासूही असावं लागतं. या प्रकरणात अभ्यासू कसं बनावं याचा विचारा करायचा आहे. तुमचं भावी करियर विद्यार्थी दशेतच निष्चित होतं. करियरला खरी दिशा या काळातच देता येते. जे निसर्गतःच हुशार असतात, ज्यांना तल्लख बुध्दीची दैवी देणगी असते त्यांना विशेष कावजी घ्यावी लागत नसली तरीही अशांचं प्रमाण अगदी बोटावर मोजण्याइतकं असतं. बाकीच्यांना मात्र अभ्यासू बनावं लागतं. कसं बनायचं असतं अभ्यासू?

अभ्यास करा, विचार करा आणि मूल्यमापन करा– एखादा विषय मुळापासून आणि पूर्णपणानं समजावून घ्यायचा असेल तर त्याच्या तीन पायऱ्या आहेत. पहिली म्हणजे त्या विषयाचा खोलवर अभ्यास करा, स्वतःच त्याचं मूल्यमापन करा आणि त्यानंतर जास्तीतजास्त सरावप्रष्न सोडवा. या पध्दतीनं विषयाला भिडलं नाही तर विषयाचं नुसतंच वाचन होईल.

## कोचिंग अर्थात शिकवणी

पूर्वी शिकवणी म्हणजे भूवया उंचावल्या जात असत मात्र आता परिस्थिती बदललेली आहे. कोचिंग क्लासचं स्वरूप बऱ्याच प्रमाणात सुधारलं असून बहुतांश कोचिंग क्लासमध्ये एक शास्त्रशुध्द पध्दत अंगिकारली जाते आणि त्यानुसार विद्यार्थ्यांना शिकवलं जातं. ज्या विद्यार्थ्यांना आजूबाजूला पोषक वातावरण नाही, अभ्यासातल्या शंका विचारण्यासाठी कोणी नाही अशांनी तर जरूर अशा प्रकारच्या कोचिंग क्लासचा विचार करावा. शाळेतून जे शिकवलं जातं किंवा ज्या पध्दतीनं शिकवलं जातं त्याहून अशा प्रकारच्या कोचिंग क्लासची शिकविण्याची पध्दत जरा भिन्न असते. अर्थात आजकाल या क्लासेसची फीदेखील भक्कम असते मात्र बऱ्याच अंशी त्याचा अभ्यासातली आघाडी टिकविण्यासाठी फायदाही होतो.

**आजची तारीख :** / / /
(कृपया पेन्सिलनं लिहावे)

## मागील वर्षांच्या प्रश्न पत्रिका भरपूर प्रमाणात सोडवा

परीक्षेला प्रत्यक्ष जाण्यापूर्वी विद्यार्थ्यांनी प्रष्नपत्रिकेचं स्वरूप चांगल्या प्रकारे समजावून घेणं गरजेचं आहे. यासाठी गतवर्षांतल्या सोडविलेल्या प्रष्नपत्रिका सतत सरावात ठेवा. यामुळे उत्तरं नेमकी कशा प्रकारे मांडणं अपेक्षित आहे हे लक्षात येईल. काही प्रष्नपत्रिका आधी तुम्ही सोडवा आणि मग या सोडविलेल्या प्रष्नपत्रिकेप्रमाणे पडताळून पहा. यामुळे तुम्ही उत्तरं ज्या पध्दतीनं मांडता आणि त्यात दिलेली उत्तरं यांतला फरक लक्षात येईल. यामुळे आत्मविश्वास वाढेल आणि उत्तरांचा पुन्हा पुन्हा उत्तम प्रकारे सराव होईल.

## ध्येय नजरेसमोर ठेवा

अभ्यासात उज्जवल यश मिळविण्यातला एक महत्त्वाचा घटक म्हणजे, ध्येय निष्चित करणे. कोणाचं काय ध्येय असावं हे त्या त्या विद्यार्थ्यावर अवलंबून असतं आणि ध्येय काय आहे यावर अभ्यास किती करावा लागणार आहे हे अवलंबून असतं. एकाच वर्गातल्या सर्व विद्यार्थ्यांची ध्येयं निराळी असतात. कोणाला क्रीडाप्रकारात अव्वल रहायचं असतं कोणाला इंजिनियर व्हायचं असतं, कोणाला डॉक्टर तर कोणाला स्पध र्ा परीक्षांत कामगिरी दाखवायची असते, कोणाला पुढे जाऊन बॅन्कर व्हायचं असतं तर कोणाला वाटत असतं एखाद्या नामांकित आणि प्रतिष्ठीत कार्पोरेट हाऊसमध्ये करियर करावं. या सगकियांना एकाच विषयावर लक्ष केंद्रित करून चालणार नसतं, प्रत्येकाच्या आवडीनुसार आणि निवडीनुसार विषयांचा प्राधान्यक्रम बदलतो आणि मग त्यावर घ्यायच्या मेहनीतही फरक पडतो. म्हणून ध्येयनिष्चिती फार महत्त्वाची आहे.

## वेळेचा सदुपयोग करा

विद्यार्थीदशेत शाळा आणि घर ही दोनच ठिकाणं अशी आहेत जिथे त्यांचा जास्तीत जास्त वेळ खर्च होतो. शाळेतलं वेळापत्रक निष्चित असतं आणि त्यानुसारच वेळ विभागलेला असतो. घरचा वेळ मात्र आपल्यालाच विभागावा लागतो आणि वेळेचा सदुपयोग करून घ्यावा लागतो. घरातल्या वेळेचा विचार केला तर साधारण सहा तास मिळतात. या सहा तासात सर्व विषय आपल्याला करायचे असतातच शिवाय इतर कामांचा वेळही यातच असतो म्हणूनच प्रत्येक मिनिटाचा आणि तासाचा सदुपयोग करायला हवा.

## वाईट सवयी आणि भावनांवर नियंत्रण ठेवा

विद्यार्थीदशेत सर्वात महत्त्वाची असते ती वेळ. अशा कालखंडातल्या वाईट सवयी किंवा काही वाईटणाया भावना या वेळ खाणाऱ्या तर असतातच शिवाय त्या आरोग्य बिघडविण्याऱ्याही असतात. त्यामुळे या दोनही गोष्टींपासून दूर राहिलं पाहिजे. अशा वाईट सवयी असणाऱ्या दोस्तांपासूनही दूरच राहिलं पाहिजे कारण आपले मित्र

कोण आणि कसे आहेत यावरून आपली समाजात ओळख निर्माण होते हे लक्षात घ्या.

## कमकुवत मुद्दे ओळखा

विद्यार्थ्यांना आपले कमकुवत मुद्देही वेळीच समजले तर त्यावर उपाय आणि मात करता येते. समजा एखाद्याला गणिताची धास्ती असेल तर दामटून वाचत रहाण्याऐवजी भितीका वाटते याचा विचार केला तर नेमकं निदान होईल आणि मग त्या भितीचा इलाज करता येतो. म्हणून कमकुवतपणाकडे दूर्लक्ष करू नका.

## कॉपी करू नका

विद्यार्थी दशेतला एक मोठा शत्रू म्हणजे कॉपी करणं. ज्ञान मिळविण्याच्या मार्गातला हा सर्वात मोठा शत्रू आणि अडथळा आहे. कॉपी करण्यानं तुम्ही कदाचित उत्तीर्ण व्हाल, मात्र तुम्हाला विषयाचं आकलन झालेलं असेल की नाही हे सांगता येणार नाही. म्हणून विषय समजून घ्या कारण गुणांच्या, उत्तीर्ण होण्याच्या पलिकडे जे जग आहे तिथे तुमचं ज्ञान आणि विषयातली समजच ग्राह्य धरली जाते.

## चांगल्या सवयी आत्मसात करा

आयुष्यात चांगल्या सवयी नेहमीच उपयोगी पडतात त्यामुळे त्या लवकरात लवकर अंगी बाणवा. आत्मविश्वास वाढवायचा असेल तर या चांगल्या सवयी उपयोगी पडतात त्या अशा–

- स्वावलंबन आणि स्वसन्मान
- वर्गातलं शिकवणं लक्षपूर्वक ऐकणे
- जे काम कराल ते आनंदानं करा
- भावनांवर नियंत्रण ठेवा
- लवकर झोपा आणि लवकर उठा
- सहअध्यायींसोबत गटचर्चा आणि प्रकल्प करण्यात सहभाग घ्या.
- सुप्त गुणांचा शोध घ्या आणि त्यांवरकाम करा
- अभ्यासाबाबत जागरूकता बाळगा
- धोरणी, दूरदर्शी रहा
- स्वतःच्या यशाच्या मंत्राबाबत जास्त चर्चा करणं टाळा
- स्वसंरक्षण आणि स्वसुरक्षा याबाबत जागरूक रहा
- धैर्य बाळगा
- कोणत्याही परिस्थितीत आनंदी, शांत रहा

## योग्य ती गती हवी

ज्ञानाशिवाय गती आणि गतीशिवाय ज्ञान निरूपयोगी आहे. ज्यांना अभ्यासात चांगलं यश मिळवायचं आहे अशांसाठी या दोन्ही गोष्टी अत्यंत उपयुक्त आहेत. यासाठी प्रष्नपत्रिका सोडविताना सोपे आणि लहान प्रष्न आधी सोडवावेत आणि मग कठीण प्रष्नांकडे वळावं. शेवटची काही मिनिटं नेहमी फेरतपासणीसाठी राखून ठेवावीत. यामुळे उत्तरपत्रिकेत कमीत कमी चुका दिसतात.

## आधी समजून घ्या आणि मग प्रश्नाचं उत्तर लिहा

प्रष्नपत्रिका हातात आल्यानंतर आधी ती पूर्ण वाचा. तुम्हाला सहजपणानं येणारे आणि आठवणारे जे प्रष्न आहेत त्यांची उत्तरं आधी लिहा त्याप्रमाणे प्रष्नांची रचना करा. या सगळयात काही मिनिटं जातील मात्र तुम्हाला वेळेचं अचूक नियोजन यामुळे साधता येणार आहे. परीक्षेत जास्तीत जास्त गुण मिळविण्याचं हे सोपं तंत्र आहे.

## बिनधास्त बना, हातपाय गाळू नका

परीक्षेपूर्वी धास्तावल्यासारखं वाटणं, आत्मविश्वास कमी वाटणं, पुरेसा अभ्यास झाला आहे की नाही याची भिती वाटणं अगदी सामान्य गोष्ट आहे आणि जवळपास प्रत्येक विद्यार्थ्याला असं थोडं फार वाटतच असतं. अशा परिस्थितीत शांत आणि बिनधास्त राहता आलं पाहिजे. आपण प्रत्येक विषयाचा पुरेसा अभ्यास, सराव आणि उजळणी केलेली आहे याचा विश्वास बाळगला पाहिजे. कारण या धास्तीपायी आत्मविश्वास कमी होतो आणि मग त्याचा परीक्षेत प्रष्न सोडविताना परिणाम झालेला दिसून येतो.

## परीक्षेचा बागुलबुवा नको

परीक्षा म्हणजे खरं तर आपल्याला विषय कितपत समजलेला आहे याचं परखड परिक्षण असतं आणि ते आपण नाही, तर त्या त्या विषयातल्या ज्ञानींनी केलेलं असतं. म्हणूनच परीक्षेकडे बागुलबुवाच्या भितीनं न बघता तुमच्या भावी प्रगतीतलं एक पाऊल समजावं. त्यात कमी गुण मिळणं म्हणजे तुमचं अपयश नसतं तर तो विषय तितके टक्के तुम्हाला अद्याप समजायचा आहे इतकाच असतो. त्यामुळे परीक्षेकडे एका वेगळ्या दृष्टिकोनातून बघायला शिका. आपल्याला शंभर टक्कययांच्या जवळपास रहायचं आहे हे एकदा निष्चित झालं की मग आपल्याला मिळालेल्या टक्कययांवरून आपल्याला विषयाचं कितपत आकलन झालेलं आहे हे लक्षात येतं. शिवाय एखादा विषय शिकण्याच्या प्रक्रियेतलं परीक्षेचं ठिकाण हे वर्तुळ पूर्ण करणारं असतं.

## परिक्षेला जाताना

परीक्षा हे विद्यार्थ्यांचं भवितव्य ठरविणाऱ्या असतात. म्हणूनच थोडसं दुर्लक्षही घातक असतं. मुख्य परिक्षा देण्यापूर्वी काही गोष्टी लक्षात घ्या–

- शेवटची उजळणी करताना मन शांत ठेवावं. जे शिकलं आहे त्याची शांतपणानं उजळणी करावी.
- परीक्षेच्या आधी दोन दिवस तयारी करून ठेवावी. कंपासबॉक्स, रायटिंग पॅड, पेन, पेन्सिल, गिरमीट, खोडरबर, हॉल तिकीट सगळं एका बॅगमध्ये नीट वेळीच भरून ठेवलं तर ऐनवेळेस गडबड गोंधळ उडणार नाही.
- जास्तीचे पेन, पेन्सिल नेहमी जवळ ठेवा. ऐनवेळेस याचा उपयोग होतो.
- परीक्षेच्या आदल्या रात्री लवकर झोपा. यामुळे सकाळी लवकर आणि प्रसन्न जाग येईल. अनेकजण अगदी आदल्या रात्रीही अभ्यास करतात मात्र रात्री जागरण केलं तर दुसऱ्या दिवशी डोळे जड होणं, डोकं दुखणं, पित्त, अपचन अशा त्रासांनी अहैराण व्हायला होतं. आधीच्या तणावात यानं भरच पडते.
- आदल्या रात्री आणि परीक्षेदरम्यान रात्रीचं जेवण नेहमी हलकं घ्यावं. यामुळे पचनाशी संबंधित त्रास होणार नाहीत.
- परीक्षा चालू असताना सकाळी लवकर उठून आंघोळ वगैरे करून ताजंतवानं व्हावं आणि या प्रसन्न वेळेत एकदा शांतपणानं उजळणी करावी. परीक्षेच्या दिवशी आंघोळ निवांतपणानं करा, अजिबात घाई किंवा गडबड करू नका. त्यानंतर मेडिटेशन करावं यामुळे मन स्थिर होतं.
- यामुळे प्रसन्न वाटतं, उबदार पाण्यानं निवांत आंघोळ केल्यानं ताण निघून जातो आणि दिवसभर चित्तवृत्ती प्रसन्न रहातात, याचा फायदा परीक्षेदरम्यान उत्तरं लिहितानाही होतो.
- पौष्टिक आणि हलका ना‍ा करा. नाष्ट हा शरीराचा नांगर असतो, भक्कम पौष्टिक नाष्टा दिवसभराजी ऊर्जा शराराला पुरवतो.
- परीक्षेला जाताना हातात घड्याळ घालावं. कितीवेळ उरलेला आहे हे समजण्यासाठी याचा उपयोग होतो.
- घरातून वेळेत निघावं निष्चित वेळेपेक्षा सहा मिनिटं आधीच निघालेलं बरं. ट्रॅफिक किंवा इतर संभावित अडचणी लक्षात घेता वेळेत घरातून निघणं खूप महत्त्वाचं असतं.
- परीक्षा हॉलमध्येही आत्मविश्वासानं जावं. आत जाताना धडधडत्या हुरदयानं गेला तर हातात प्रष्नपत्रिका पडल्यावर पहिली पाच मिनिटं अक्षरं ओळखूही येणार नाहीत. म्हणूनच अगदी आत्मविश्वासानं आत जाऊन बसा.
- तुमची जागा तुम्हाला मिळाल्यानंतर त्यावर शांतपणे जाऊन बसा. ज्या वस्तू जवळ बाळगण्याची परवानगी आहे त्या जवळ ठेवा आणि बाकीच्या दूर ठेवा. शिवाय परिक्षेदरम्यान इतर कोणत्याही घटनेनं विचलित होऊ नका.

जी मुलं शाळेत जातात त्यांनी एक गोष्ट नेहमी लक्षात ठेवली पाहिजे आणि ती म्हणजे, तुम्हाला शाळेत जाण्याची संधी मिळत असल्यानं तुम्ही भाग्यवान आहात कारण तुम्हाला यामुळे शिकण्याचीही संधी मिळत आहे. आजच्या जगात शिक्षण ााला पर्याय नाही हे लक्षात घ्या. शिक्षणाशिवाय प्रगती अशक्य आहे, मग ही प्रगती वैयक्तिक असो, राष्ट्रीय असो की सगळ्या विश्वाची, त्यामुळे प्रगती साधायची असेल तर उच्चशिक्षणालाच काय पण कोणत्याही प्रकारच्या शिक्षणाला पर्याय नाही.

**विशेष महत्त्वाचं:** हे प्रकरण दोन ते तीनवेळा लक्षपूर्वक वाचा. जे मुद्दे तुम्हाला महत्त्वाचे वाटतात ते अधोरेखित करायला विसरू नका. पटकन उजळणीसाठी हे उपयोगी पडतं.

# लेखकाच्या सहज सोप्या टिप्स

स्मरणशक्ती वाढविण्याचं तंत्र खूपच सोपं आहे. ते कसं काय याची पायरी पायरीनं थोडक्यात उजळणी करू–

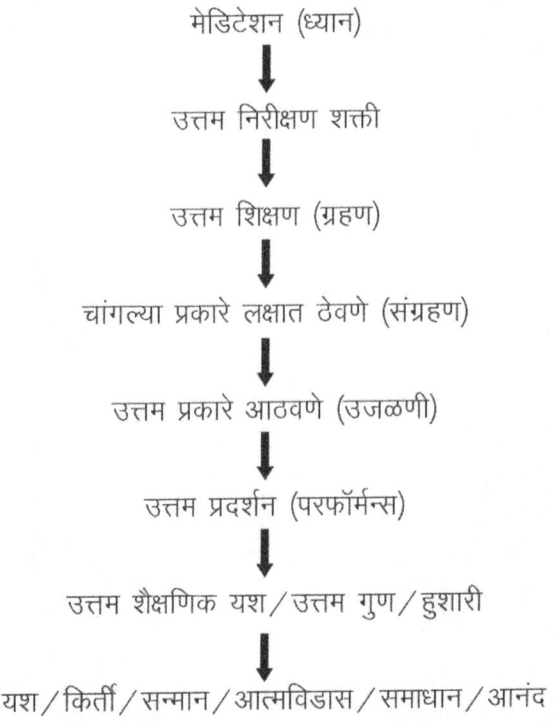

मेडिटेशन (ध्यान)

↓

उत्तम निरीक्षण शक्ती

↓

उत्तम शिक्षण (ग्रहण)

↓

चांगल्या प्रकारे लक्षात ठेवणे (संग्रहण)

↓

उत्तम प्रकारे आठवणे (उजळणी)

↓

उत्तम प्रदर्शन (परफॉर्मन्स)

↓

उत्तम शैक्षणिक यश / उत्तम गुण / हुशारी

↓

यश / किर्ती / सन्मान / आत्मविश्वास / समाधान / आनंद

उत्तम स्मरणशक्तीसाठी खास सल्ला– रोज रात्री 5–6 बदाम पाण्यात भिजत घालून सकाळी सालं काढून नेहमी खा आणि जादू बघा.

खाली दिलेला सराव कोणीही करू शकेल मात्र, ज्यांनी हे पुस्तक पहिल्यापासून नीट वाचलेलं आहे त्यांच्या लक्षात या सरावामागचं तर्कशास्त्र येईल आणि नेमकं कारण समजल्यानं अधिक चांगल्या प्रकारे ते हा सराव करू शकतील. हे बाजारात उपलब्ध असणाऱ्या इतर सामान्य पुस्तकांसारखं केवळ एक पुस्तक नसून हा एक पूर्ण 'मेमरी इम्प्रुव्हमेंट प्रोग्रॅम' आहे. या प्रोग्रॅमची रचना अशा प्रकारे करण्यात आलेली आहे की, तो प्रत्येकाला सुलभ आणि सोईस्कर वाटेल.

आपण एखाद्या विनोदी चित्रपटातील तुकडे पहातो त्यावेळेस आपल्याला त्यातून मजा वाटते मात्र त्यातली मजा पूर्णांशानं घेता येत नाही. ज्यावेळेस आपण तो संपूर्ण चित्रपट पहातो त्याचवेळेस त्याची पूर्ण मजा अनुभवता येते. त्याचप्रमाणे हे पुस्तक पहिल्यापानापासून वाचलेल्यांनाच याचा पूर्ण फायदा होईल

खाली दिलेला सराव हा मेमरी इम्प्रुव्हमेंट प्रोग्रॅमचाच एक भाग आहे. एक ते दोन महिन्यातून किमान चार–पाच वेळा हा सराव करावा. शारीरिक व्यायामाबद्दल आणि तंदुरूस्तीबद्दल जागरूकता वाढलेली आहे आणि प्रत्येकजण त्यादृष्टिनं प्रयत्नशीलही आहे, मात्र मेंदूच्या तंदुरूस्तीबद्दल फारसा विचार केला जात नाही. या सरावामुळे ते साध्य होणार आहे. यामुळे तुमची विचारशक्ती सशक्त आणि उत्तम बनणार आहे. हळूहळू हा सराव तुमच्या आयुष्याचा एक भाग बनेल आणि त्याचवेळेस खऱ्या अर्थानं या पुस्तकाचा हेतू साध्य होईल.

## तुमच्या मेंदूला एखाद्या तर्क करण्याच्या उद्योगात गुंतवून ठेवा

- पाकिटात/पर्समध्ये असणारी सुटी नाणी चाचपून ओळखण्याचा प्रयत्न करा
- बाजूनं जाणाऱ्या वाहनांचं निरीक्षण करून त्यांच्यातले बदल ओळखण्याचा प्रयत्न करा
- सुगंधावरून फुलं ओळखण्याचा प्रयत्न करा
- वातावरणातले बदल टिपत तापमानाबद्दल तर्क करा
- आंघोळ करत असताना दिवसभरात करावयाच्या कामांची उजळणी करा
- वासावरून पदार्थ ओळखण्याचा प्रयत्न करत रहा
- घडयाळात न बघता वेळ ओळखण्याचा प्रयत्न करा

## दुसरा हात वापरा

- एखादा खेळ दुसऱ्या हातानं खेळून बघा
- रिमोट, मोबाईल वापरताना दुसरा हात वापरा, दुसरा हात म्हणजे एरवी तुम्ही जी कामं उजव्या हातानं करता ती या सरावादरम्यान डाव्या हातानं करा आणि डावा हात वापरत असाल तर उजवा हात वापरा.

- जेवताना डावा हात वापरून बघा किंवा चित्र रंगविताना, एखादं वाद्य वाजविताना दुसरा हात वापरा.
- केस विंचरताना दुसरा हात वापरा
- भाज्या कापणं, सोलणं, चिरणं ही कामं दुसऱ्या हातानं करा.

## सर्वसाधारण सराव

- विविध प्रकारची कोडी सोडवा.
- गटचर्चा, समुहनृत्य, समुहगान, नाटक, वादविवाद यात आवर्जून सहभागी व्हा.
- सायन्स एक्झिबिशन्स, सेमिनार, फेस्ट यांना आवर्जून भेट द्या
- एखादा नवा छंद जोपासा
- आजूबाजूला असणाऱ्या निसर्गाचं म्हणजे, झाडं, पानं, पक्षी यांचं बारकाईनं निरीक्षण करा
- तुमच्या आवडत्या नायकाची/नायिकेची नक्कल करा
- गुप्तहेर, शोध, तपास कथा वाचा
- जगभरात लागणाऱ्या विविध शोधांची माहिती जमवा
- रोजच्या खर्चाचा हिशेब लिहा
- कोठेही गेला तर पायऱ्या मोजा
- सकाळी किती वाजता उठला?.........
- आज घातलेल्या ड्रेसमध्ये तुम्हाला आराम वाटतो आहे का?.......
- आज तुम्हाला स्वतःची कोणती गोष्ट आवडली?
- गाडयांचे नंबर लक्षात ठेवायला सुरवात करा. नंबरवरून गाडी कोणत्या राज्यातली आहे हे ओळखण्याचा प्रयत्न करा
- खोलीतल्या गोष्टी आठवण्याचा प्रयत्न करा
- बसस्टॉपपर्यंत जाण्यास तुम्हाला किती वेळ लागतो
- तुमच्या हुरदयाचे ठोके मोजा
- वाचन करताना ते गतीनं करा
- हळू हळू तुमचा मेंदू विषय समजावून घेत जलद वाचन करायला शिकेल.

## SELF-IMPROVEMENT/PERSONALITY DEVELOPMENT

Also Available in Hindi     Also Available in Hindi     Also Available in Kannada, Tamil

 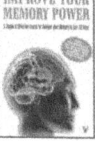      

Also Available in Kannada

Also Available in Kannada

**STRESS MANAGEMENT**

All books available at www.vspublishers.com

## QUIZ BOOKS

## ENGLISH IMPROVEMENT

## ACTIVITIES BOOK

## QUOTES/SAYINGS

## BIOGRAPHIES

## CHILDREN SCIENCE LIBRARY

## IELTS TECH

## COMPUTER BOOKS

Also available in Hindi    Also available in Hindi

All books available at www.vspublishers.com

## STUDENT DEVELOPMENT/LEARNING

## POPULAR SCIENCE

Also Available in Hindi

Also Available in Hindi  Also Available in Hindi

## PUZZLES

Also Available in Hindi  Also Available in Hindi

## DRAWING BOOKS

Also Available in Hindi  Also Available in Hindi, Tamil & Bangla

## CHILDREN'S ENCYCLOPEDIA – THE WORLD OF KNOWLEDGE

Contact us at sales@vspublishers.com

## HINDI LITERATURE

## MUSIC/MYSTERIES/MAGIC & FACT

Also Available in Hindi

## TALES & STORIES

NEW All Books Fully Coloured

## CHILDREN TALES

## BANGLA LANGUAGE

All books available at www.vspublishers.com

www.ingramcontent.com/pod-product-compliance
Lightning Source LLC
Chambersburg PA
CBHW071917160426
42813CB00098B/505
* 9 7 8 9 3 5 0 5 7 1 8 0 4 *